HEIMAMAÐAÐ HAMBARGERABIBLÍAN

100 uppskriftir frá bestu skyndibitastöðum heims fyrir stökka, bragðgóða hamborgara

Þórunn Möller

© HÖFUNDARRETtur 2021. ALLUR RÉTTUR ÁKAFURÐUR

Þetta skjal er ætlað að veita nákvæmar og áreiðanlegar upplýsingar um það efni og málefni sem fjallað er um. Ritið er selt með það fyrir augum að útgefanda sé ekki skylt að veita bókhald, opinbera leyfða eða á annan hátt hæfa þjónustu. Ef ráðgjöf er nauðsynleg, lögfræðileg eða fagleg, ætti að panta starfandi einstakling í faginu.

Það er á engan hátt löglegt að afrita, afrita eða senda nokkurn hluta þessa skjals hvorki á rafrænan hátt né á prentuðu formi. Upptaka þessarar útgáfu er stranglega bönnuð og öll geymsla á þessu skjali er ekki leyfð nema með skriflegu leyfi frá útgefanda. Allur réttur áskilinn.

Viðvörun Fyrirvari, upplýsingarnar í þessari bók eru sannar og fullkomnar eftir því sem við best vitum. Öll meðmæli eru sett fram án ábyrgðar af hálfu höfundar eða söguútgáfu. Höfundur og útgefandi afsala sér og bera ábyrgð í tengslum við notkun þessara upplýsinga

Efnisyfirlit

INNGANGUR 9

AÐALNÁTTUR 10

1. Hamborgari með beikoni og avókadó 11

2. Hamborgari Ítalskur 13

3. Amarant-Burger 15

4. Lambakótilettuhamborgarar 17

5. Hamborgarabökuuppskrift 20

6. Vorborgari à la Sauerland BBCrew 22

7. Grískur hamborgari 26

8. Steik hamborgari deluxe 28

9. Pulled beef hamborgari 30

10. Morgunverðarborgari 32

11. Chili Beikon sultu hamborgari 34

12. Októberfest hamborgari 36

13. Pylsuhamborgari 38

14. Tvöfaldur nautahamborgari 40

15. Chili ostborgari 42

GRÆNTÆRUUPPskriftir 43

16. Hamborgarabollur 44

17. Crunchy Nut Burger 46
18. Grænmetisborgari með bjöllubaunum 49
19. grænmetisborgari 52
20. Kastaníuborgari 53
21. Vítamínborgari 56
22. Hamborgarabrauð 58
23. Grænmetisborgarar 60
24. Grænmetisborgari með bjöllubaunum 62
25. Rótargrænmetisborgari með osti 65
26. Falafelborgari 67
27. Kókoshamborgari með banana 69
28. Slakur hamborgari með chilli frönskum 72
29. Bókhveitiborgari með gulrótum og valhnetum 75
30. Kjúklingaborgari með jarðarberjum 77
31. Geitaostur döðluhamborgari 81
32. Lambaborgari með geitakamembert og 84
granatepli 84
33. Halloumi hamborgari með grilluðu grænmeti og .. 87
tabbouleh 87
34. Falafelborgari með myntujógúrt og baby 91
agúrka 91
35. Lambaborgari með ratatouille og gráðosti 94
36. Villisvínaborgari 97

37. Brim- og torfborgari 100

38. Pulled Turkey Burger 102

39. Gratineraður hamborgari á heilhveiti ristað brauð
.... 105

40. Vöffluborgari með kjúklingi 108

41. Hamborgarabollur með hampmjöli 111

42. Túnfiskborgari 113

43. Beikonborgari 115

44. Sumarborgari 117

45. Græn spelt skjaldbakaborgari 120

VEGGIE BURGER 122

46. Sushi hamborgari 122

47. Osta- og beikonborgari 125

48. Grænn speltborgari 129

49. Bauna- og kjúklingaborgari 132

50. Sveppir, ostur, sellerí og eplahamborgari 134

51. Tofu polenta hamborgari 137

52. Kínóa- og grænmetisborgarar 139

53. Tófú-borgari 141

54. Hamborgarar í tómatsósu 144

56. Kjúklingabaunaborgari af grillinu 147

57. Ostborgarar með grænmeti 151

58. Vegan hamborgari með kjúklingabaunum 153

59. Sveppa- og laukborgarar með salati 156

60. Linsuhamborgari 159

61. Sojaborgari 162

62. Bauna-, pipar- og kartöfluborgarar 165

63. Osta- og kartöfluborgarar 168

64. Steikborgari með rauðkáli 171

65. Ostur og pítuhamborgarar 173

66. Hamborgari með avókadó, osti og rauðrófum 175

67. Sveppaborgari 177

68. Hamborgarar með pítubrauði og grænmeti 179

69. Indverskur hamborgari 181

70. Hamborgari með tómötum og ólífum 183

Uppskriftir að fullkomnu snarli 184

71. Hagnýtur hamborgari 185

72. Passaðu kjúklingaborgara með haframjöli 187

73. Svínahamborgari með gúrkugleði 189

74. Nautahamborgari með kínóa 191

75. krabbaborgari 193

76. Hamborgari með Doritos 196

77. Grænmetisborgarar 199

78. grillborgari með laukhringjum 201

79. Heimalagaður kjúklingaborgarauppskrift 204

80. Grænmetisborgari með bjöllubaunum ....
178 206

81. Heimalagaður hamborgari 209

82. Graskerborgarar 212

83. baunaborgari 215

84. Hamborgarabollur með hampimjöli 217

85. Túnfiskborgari 219

86. Beikonborgari 221

87. Shimeji hamborgari 223

88. Kókoshamborgari með banana 225

89. Hamborgari í falafel 228

90. Glútenlaus hrísgrjón og gulrót hamborgari 231

91. Gulrót og sesamborgari með avókadó 233

92. Hafrahamborgari með rauðrófum og valhnetum
.... 236

93. Kalkúna- og gúrkuborgari 239

94. Hamborgarklassík 240

95. Miðjarðarhafs snakkborgari 242

96. Kjúklingaborgari með hvítlauksmajónesi 243

97. Steik hamborgari deluxe 246

98. Falafelborgari 248

99. Ostur og pítuhamborgarar 251

100. Halloumi hamborgari 253

NIÐURSTAÐA 255

KYNNING

Lokaðu augunum og myndaðu þetta atriði. Það er heitur sumardagur, sólin er að fara að setjast og þú situr við borð fullt af fjölskyldu og vinum. Fyrir framan þig er diskur með safaríkum, heitum hamborgara í miðjunni, þú finnur lyktina af ilmandi kryddinu og heyrir ástvinum þínum njóta samtalsins. Þú tekur upp hamborgarann á diskinn þinn og tekur stóran bita og gleður þig yfir dýrindis máltíðinni á meðan sólin heldur áfram að setjast fyrir aftan þig.

Hljómar það ekki vel? Jæja, þessi bók getur hjálpað þeim draumi að verða að veruleika. Kafaðu niður í þessar einföldu og hagkvæmu uppskriftir og skoðaðu heim fallegra hamborgara.

Til að tryggja að komið sé til móts við alla bragðlauka og mataræði höfum við skipt hamborgarauppskriftunum í 5 hluta.

1. Kjöthamborgarar: Þessi hluti er fyrir kjötunnendur. Það inniheldur hamborgara úr hefðbundnu nautakjöti og

lambakjöti, en inniheldur einnig óvænta uppskrift með geitakjöti fyrir ævintýragjarna kjötætur.
2. Alifuglaborgarar: Þessi hluti inniheldur uppskriftir með kjúkling, kalkún og önd. Það inniheldur einnig uppskriftir sem hægt er að gera fyrir hátíðarnar.
3. Sjávarréttahamborgarar: Þessi hluti er fyrir unnendur sjávarfangs, uppskriftirnar í þessum hluta eru gerðar með fiski og skelfiski. Þeir eru léttir og hressandi valkostir við kjöt- og alifuglauppskriftir.
4. Grænmetis-/veganborgarar: Þessi hluti er fyrir alla meðvitaða. Þessar uppskriftir eru hollari og auðveldari í gerð en pakka samt fullt af bragði.
5. Álegg og sósur: Þessi hluti inniheldur uppskriftir að litlu aukahlutunum sem taka hamborgara á næsta stig.

Eldunarleiðbeiningar fyrir flesta hamborgara eru fyrir grunnsteikingu, sem þýðir að steikja hamborgarabökurnar á pönnu. En þær má elda í ofni á grillstillingu eða á grilli. Hvernig sem þú eldar þá, ættu hamborgarar að vera auðveldir, lætilausir og síðast en ekki síst ljúffengir.

AÐALRÉTTUR

1. Hamborgari með beikoni og avókadó

hráefni

- 400 g nautahakk (magurt)
- salt
- pipar
- 2 tómatar
- 1 laukur (lítill, rauður)

1 avókadó (þroskað)

2 msk upprunalegt majónes (80% fita)

1/2 lime (safi og börkur)

- 4 sneiðar af beikoni (magra)
- **Undirbúningur** 4 hamborgarabollur

2. Fyrir hamborgarann með beikoni og avókadó skaltu fyrst setja hakkið í skál, krydda með salti og pipar og blanda vel saman. Mótið fjórar kökur.

3. Skerið tómatana og laukana í sneiðar og hringi.

4. Haldið avókadóið í helming, takið steininn úr, holið kvoðan úr og skerið í teninga af sömu stærð.

5. Kryddið avókadóið með majónesi, lime-berki, limesafa og pipar og blandið vel saman.

6. Grillið hamborgarana í 3-4 mínútur á hvorri hlið eða eftir smekk. Taktu það svo niður og haltu því heitt. Steikið svo beikonið á báðum hliðum

í 1 mínútu þar til hún er stökk. Skerið rúllurnar opnar og ristið skurðfletina létt

7. Hyljið neðri helminginn með hamborgurum, tómötum og lauk, bætið svo avókadómajónesi út í, endið með stökku beikoninu og setjið seinni helminginn á hamborgarann með beikoni og avókadó.

2. Hamborgari Ítalskur

hráefni

- 500 g nautahakk (magurt)

- 2 msk steinselja (hakkað)

- 1 msk timjan (hakkað)

    1 msk rósmarín (hakkað)

2 msk basil (ferskt)

10 ólífur (svartar)

- pipar
- salt
- 4 msk upprunalegt majónes (80% fita)
- 4 ciabatta rúllur (halvaðar og léttsteiktar á skurðflötunum)
- 1 laukur (lítill, rauður, skorinn í hringa)
- 70 g **eldflaugaundirbúningur**

1. Fyrir ítalska hamborgarann skaltu fyrst blanda kryddjurtunum saman við kjötið í stórri skál, krydda með salti og pipar. Mótið í fjórar kökur. Saxið ólífur og basil.

2. Grillið hamborgarana á báðum hliðum í 3-4 mínútur.

3. Í millitíðinni er majónesinu blandað saman við söxuðu ólífurnar og basilíkuna. Kryddið með smá pipar.

4. Setjið hamborgarana á neðri hliðina á ristuðu ciabattarúllunum, hyljið með skeið af ólífumajónesi, rauðlaukshringjum og rakettu, setjið 2. helminginn af bollunni ofan á hamborgarann.

3. Amarant-Burger

Hráefni

Fyrir hamborgarann:

- 1 pakk. Iglo Amarant-Laibchen
- 1 hamborgarabolla

  2 sneiðar (s) tómatar

  4 sneiðar af agúrku

  1 blað af salati
- Fyrir sýrða rjóma chilisósuna:
- 2 EL Sauerrahm
- Sweet Chili sósa
- Soja sósa
- salt

Undirbúningur

1. Fyrir amaranth hamborgarann, útbúið amaranth kexið samkvæmt leiðbeiningum á umbúðum og haldið heitum.

2. Skerið hamborgarabolluna í tvennt og steikið á báðum hliðum á heitri pönnu.

3. Í millitíðinni skaltu þvo salat, tómata og agúrka, skera í sneiðar og útbúa sýrða rjóma chilli sósuna.

4. Blandið hráefnunum saman og kryddið eftir smekk.

5. Fyrir amaranth hamborgarann, hjúpið steikta helminga hamborgarans með sósunni að innan og toppið með salati, amaranth patties, tómötum og gúrkusneiðum.

4. Lambakótilettuhamborgarar

Hráefni
- Píta þunn lítil - 8 stk. (30 g hver)

- Hakkað kindakjöt - 450 g
- Fetaostur (mulinn) - 0,25 bollar Malað kúmen - 0,25 tsk.
- Malaður svartur pipar - 0,25 tsk.
- Grænmetisolía
- Rauðlaukur (hringir) til framreiðslu (valfrjálst)

Alfalfa spíra til framreiðslu (valfrjálst),
Agúrka (sneiðar) til að bera fram (valfrjálst)

Fyrir sósuna:
- Frosnar grænar baunir (þíðaðar) - 2 bollar
- Hvítlaukur - 2 negull
- Fersk mynta, lauf - 0,5 bollar Ólífuolía - 1,5 tsk.
- Vatn - 1 tsk, Salt - 0,25 tsk **Undirbúningur**

1. Setjið allt hráefnið fyrir sósuna í skálina í eldhúsvinnsluvél og malið þar til hún er slétt. Setjið sósuna til hliðar. Kveiktu á grillinu til að forhita í meðalháan hita.
2. Blandið saman hakki, osti, kúmeni og svörtum pipar í stóra skál. Skiptið hakkinu í 4 hluta, mótið hringlaga kótilettu úr hverjum.
3. Smyrjið grillgrindina með jurtaolíu, setjið kótilettur á hana og steikið í um 6 mínútur á hvorri hlið. Færið kóteleturnar yfir á disk og hvílið í 5 mínútur.
4. Skerið hverja kótilettu í tvennt eftir endilöngu. Og skera hverja pítuköku í tvennt eftir endilöngu, en ekki fyrr en í lokin. Í miðri hverri gryfju skaltu setja 1 msk. skeið af sósu,

sett á eina kótilettu og val um lauk / spíra / agúrka.
5. Berið fram hamborgara strax.

5. Hamborgaraböku uppskrift

Hráefni

- 800 grömm af nautabringum (fituhlutfall)
- 80 grömm af seyði
- 10 grömm af fínmöluðu salti
- 10 grömm af nýmöluðum svörtum pipar

Undirbúningur

1. Til að útbúa dýrindis hamborgarakjötbollur sem verða áfram safaríkar; Tuttugu prósent

af þyngd bringu kjötsins með því að bæta við olíu eftir að hafa dregið í hakkið.
2. Hnoðið nautahakkið, sem þú bætir við tilbúnu seyði og malaðri salt/piparblöndu, og hnoðið smá magni í hamborgarabökurnar. Lyftu í kæli til hvíldar.
3. Steikið hamborgarabökurnar, sem þið þrýstið á miðhlutann með þumalfingri, í samræmi við æskilega eldunargráðu á grillinu.
4. Ef markmið þitt er að útbúa alvöru heimagerðan hamborgara skaltu hita brauðin á grillinu. Bræðið ostsneið á grilluðu kjötbollurnar að vild. Gerðu hamborgarann tilbúinn til að bera fram með ýmsum sósum, súrum gúrkum og grænmeti.

Deildu hitanum með ástvinum þínum.

6. Vorborgari à la Sauerland BBCrew

Hráefni

- 600 g nautahakk (fyrir tvo hamborgara)
- 8 sneiðar af cheddarosti (eða öðrum sterkan osti)
- 1 tómatur
- 6 sneiðar af beikoni
- laukur
- salat
- eldflaug
- salt, pipar
- hamborgarabollur (hugsanlega ristað brauð eða brauð fyrir milliskammt)
- chipotle sósu

Undirbúningur
1. Fyrst kryddarðu nautahakkið með salti/pipar og blandar því vel saman. Hakkið er þá

notað til að mynda 150 g bökunarbollur. Besta leiðin til að gera þetta er með hamborgarapressu. Chipotle sósan er einnig útbúin fyrirfram.

Grillið er undirbúið fyrir beina grillun við 200 - 230°C. Hamborgarabökurnar eru fyrst grillaðar á annarri hliðinni í 3-4 mínútur og síðan er þeim snúið við. Osturinn er nú settur á þegar grillaða hliðina svo hann geti rennt vel. Grillið á meðan millibollan á báðum hliðum þannig að hún verði góð og stökk, sem og beikonið. Eftir 3-4 mínútur í viðbót eru hamborgarabollurnar tilbúnar.

3. Síðan er hamborgarinn settur á: neðri hluti bollunnar er fyrst húðaður með chipotle sósunni og fyrsta bollan sett ofan á. Þetta er toppað með 2 tómatsneiðum og smá grænu salati. Nú kemur millihlutinn, með honum tekur þú hálfa bollu (eða ristað brauð eða brauð er líka hægt). Þetta er síðan húðað með chipotle sósunni. Setjið seinni bökuna ofan á, svo beikonið, nokkra lauka og smá rokettu.

Efri helmingur bollunnar er húðaður með sósunni og tvöföldu nautakjöti

Grillað 2.

Hamborgari er tilbúinn - safaríkt, kryddað kjöt, stökkt beikon og heit sósa!

7. Grískur hamborgari

Hráefni
- 150 g nautahakk
- Feta ostur
- Laukur (rauður)
- Pepperoni
- Ólífur
- 1 msk Gyros Rub
- Sirtaki
- Hamborgarabollur
- Tsatsiki

Undirbúningur
1. Fyrst blandarðu nautahakkinu saman við gyros rub (1 msk. á patty). Hakkið er hnoðað vel þannig að kryddið dreifist jafnt. Þetta er svo notað til að mynda 150 gramma bökunarbollur sem er best að gera með hamborgarapressu.

Grillið er undirbúið fyrir beina grillun við 200 - 230°C. Hamborgarabökurnar eru fyrst grillaðar í 4 - 5 mínútur á annarri hliðinni, síðan er þeim snúið við. Eftir 4 - 5 mínútur í viðbót eru hamborgarabollurnar tilbúnar. Síðan er bollan toppuð: Smyrjið fyrst tsatsiki á neðri helminginn af bollunni og toppið með salati. Svo setur þú pattie ofan á, hjúpar hana aftur með tzatziki og klárar hamborgarann með nokkrum teningum af fetaosti, pepperoni, lauk og ólífum - gríski hamborgarinn er tilbúinn!

Grillað 2.

8. Steik hamborgari deluxe

Hráefni
- 1 porterhouse steik (ca. 1 kg)
- Sjávarsalt, gróft
- Hamborgarabollur
- 4 msk majónesi
- ferskt rósmarín
- Súrsaðar radísur

Fyrir balsamic laukinn:
- 2 laukar
- 2 msk olía
- 5 msk balsamik edik
- 1 msk sykur, brúnn
- 1 tsk paprikuduft
- salt, pipar

Undirbúningur
1. Steikin er stráð salti á báðar hliðar 30 mínútum fyrir grillun. Blandið rósmarínmajónesi saman við majónesi, fersku rósmaríninu (1 tsk saxað) og ögn af pipar.

Grillið er undirbúið fyrir beina og óbeina grillun. Steikin er fyrst grilluð á báðum hliðum í 3 mínútur hvor við háan, beinan hita. Um leið og við höfum gefið kjötinu fallega skorpu færist það yfir á óbeinu hliðina, þar sem við togum það í æskilegan gráðu.
3. Í millitíðinni eru balsamic laukarnir útbúnir. Olían er hituð á pönnu, svo lauknum er bætt út í. Laukarnir eru kryddaðir með pipar, salti, paprikudufti og sykri. Um leið og laukurinn er orðinn hálfgagnsær, hellið þá balsamikedikinu á pönnuna og haldið áfram að steikja hann við vægan loga þar til balsamikedikið hefur sogast í sig af laukunum.
4. Þegar kjötið hefur náð markmiðshitastiginu - hér var 55°C í kjarnanum - er það skorið í sneiðar og piprað varlega og saltað. Neðri helmingur bollunnar er húðaður með

Grillað 2.

rósmarínmajónesi, kjötið, balsamic laukurinn og niðurskornar radísur settar ofan á - tilbúið!

9. Pulled beef hamborgari

Hráefni

- Pulled Beef
- Hamborgarabollur
- Beikon plómusulta
- BBQ sósa, hér: BBQ King BBQ sósa (byggt á plómum)
- plómur

Undirbúningur

1. Smyrjið fyrst 2 - 3 msk af sultunni á neðri helminginn af bollunni. Góður skammtur (ca. 100 - 120 g) af pulled beef er settur ofan á. Áleggið á hamborgaranum samanstendur af BBQ sósu og 2-3 þunnar plómusneiðum.

10. Morgunverðarborgari er

Hráefni (fyrir tvo hamborgara)
- 300 g nautahakk
- salt, pipar
- 6 sneiðar af beikoni
- 1 tómatur
- 2 egg
- 2 ostsneiðar (td cheddar)
- sveppir a
- smá olía til að steikja
- eldflaug
- 2 hamborgarabollur
- BBQ sósa (td tunnu 51 smoky bourbon)

Undirbúningur
1. Fyrst kryddarðu nautahakkið með salti og pipar og blandar því vel saman. Hakkið er síðan

notað til að mynda 150 gramma bökunarbollur sem er best að gera með hamborgarapressu. Tómaturinn er skorinn í 4 - 5 mm þykkar sneiðar, sveppirnir í 2 - 3 mm þykkar sneiðar.
Grillað
2. Grillið er undirbúið fyrir beina og óbeina grillun við 200 - 230 ° C. Tómatarnir eru grillaðir á báðum hliðum í 2 mínútur við beinan hita. Beikonið er steikt þar til það er gullbrúnt. Olían er hituð á pönnu og sveppir steiktir í henni. Þegar sveppirnir eru steiktir vel og mjúkir seturðu þá í eldfast mót og setur á óbeinu hliðina á grillinu. Steikta eggið er nú steikt á pönnunni.
3. Hamborgarabökurnar eru fyrst grillaðar á annarri hliðinni í 3 - 4 mínútur, síðan er þeim snúið við. Osturinn er nú settur á þegar grillaða hliðina svo hann geti rennt vel. Eftir 3-4 mínútur í viðbót eru hamborgarabollurnar tilbúnar.
4. Neðri helmingur bollunnar er fyrst smurður þunnt með BBQ sósu, síðan toppaður með rokettu og grilluðu tómötunum. Ostgratínerað bökunarbollan er sett ofan á. Þar á eftir kemur beikon, steiktu sveppirnir og síðast en

ekki síst steiktu eggið. Morgunverðarborgarinn tilbúinn!

11. Chili Beikon sultu hamborgari

Hráefni (fyrir tvo hamborgara)
- 300 g nautahakk
- salt, pipar
- ostur (td cheddar)
- salat
- eldflaug
- chili beikonsulta
- hamborgarabollur

Fyrir kokteilsósuna
- 3 msk majónesi
- 1 msk tómatmauk
- 1 msk BBQ sósa

- 1 dash af balsamik ediki
- 1 klípa af salti, pipar og sykri

Undirbúningur
1. Fyrst kryddarðu nautahakkið með salti og pipar og blandar því vel saman. Hakkið er síðan notað til að mynda 150 gramma bökunarbollur sem er best að gera með hamborgarapressu.
Grillað
2. Grillið er undirbúið fyrir beina grillun við 200 - 230°C. Hamborgarabökurnar eru fyrst grillaðar í 4 - 5 mínútur á annarri hliðinni, síðan er þeim snúið við. Osturinn er nú settur á þegar grillaða hliðina svo hann geti rennt vel. Eftir 4 - 5 mínútur í viðbót eru hamborgarabollurnar tilbúnar.
3. Neðri hluti bollunnar er húðaður með kokteilsósunni. Salatið og ruccolan sett ofan á. Þar á eftir kemur ostgratíneruð bökunarbolla sem þú smyrir chili beikonsultu ofan á. Lokið sett á - chilisultuhamborgarinn tilbúinn!

12. Októberfest hamborgari

Hráefni (fyrir tvo hamborgara)
- 300 g nautahakk
- Salt, pipar
- Laukur
- Salat
- Snyder's kringlustykki
- Radísur 2 kringlurúllur

Fyrir Obazda
- 100 g camembert (45% fita í)
- 2 matskeiðar smjör
- ½ fínt saxaður laukur
- ½ tsk mulin kúmenfræ
- salt, pipar
- paprikuduft
- 1 tsk bjór

Undirbúningur
1. Fyrst kryddarðu nautahakkið með salti og pipar og blandar því vel saman. Hakkið er síðan notað til að mynda 150 gramma bökunarbollur sem er best að gera með hamborgarapressu.
2. Fyrir Obazda, maukaðu fyrst camembertið með gaffli og blandaðu því saman við smjörið þar til það er orðið að örlítið mylsnu massa. Þessum massa er blandað saman við saxaðan lauk, kúmenfræ, salt, pipar, paprikuduft og bjórinn. Obazda er geymt í kulda þar til það er neytt.

Grillað
1. Grillið er undirbúið fyrir beina grillun við 200 - 230°C. Hamborgarabökurnar eru fyrst grillaðar í 4 - 5 mínútur á annarri hliðinni og síðan snúið við. Húðaðu grilluðu hliðina með 1 matskeið af obazda þannig að hún rennur yfir bökuna. Eftir 4 - 5 mínútur í viðbót eru hamborgarabollurnar tilbúnar.
2. Síðan er kringlurúllan toppuð: fyrst dreifið þið smá af obazda á neðri rúlluna og toppið með salati. Svo setur þú kexið á rúlluna og síðan eru fínskornar radísusneiðar og laukhringirnir. Allt er toppað af kringlubitunum - settu lokið á og októberfest hamborgarinn tilbúinn!

13. Pylsuborgari

Hráefni (fyrir 1 hamborgara)
- Fersk Salsiccia pylsa (u.þ.b. 1 ½ á hvern hamborgara)
- Herbs Goat Camembert
- 1-2 tsk af trönuberjum
- Chorizo sultu
- Rauðvínslaukur
- Hamborgarabollur
- BBQ sósa
- 1 skotglas af viskíi (til að flambera)

Undirbúningur
1. Fyrst fjarlægir þú pylsukjötið úr þörmunum. Til að gera þetta er skorið í þörmum eftir endilöngu með hníf og dregur hann af. Pylsukjötið er aftur hnoðað almennilega og síðan mótað í kex. Besta leiðin til að gera þetta er með hamborgarapressu.

Grillað

2. Verið er að undirbúa grillið fyrir beinan hita. Hamborgararnir eru grillaðir í um 3 mínútur á báðum hliðum. Eftir að hamborgaranum er snúið við er hann flamberaður með hálfu skotglasi af viskíi.
3. Þegar loginn hefur slokknað er hamborgarinn settur á óbeina svæðið, toppaður með trönuberjum og camembert og bakaður í 2-3 mínútur í viðbót.
4. Í millitíðinni er hamborgarabrauðið hitað í ofni eða á grilli og húðuð á annarri hliðinni með chorizo sultunni. Svo kemur patty með lingonberjum og camembert. Bætið að lokum nokkrum rauðvínslauk og smá BBQ sósu yfir hamborgarann.

14. Tvöfaldur nautahamborgari

Hráefni

- 600 g nautahakk (fyrir tvo hamborgara)
- 8 sneiðar af cheddarosti (eða öðrum sterkan osti)
- 1 tómatur
- 6 sneiðar af beikoni
- laukur
- salat
- eldflaug
- salt, pipar
- hamborgarabollur (hugsanlega ristað brauð eða brauð fyrir milliskammt)
- chipotle sósu

1. Fyrst kryddarðu nautahakkið með salti/pipar og blandar því vel saman. Hakkið er síðan notað

Undirbúningur
   til að mynda 150 g bökunarbollur. Besta leiðin til að gera þetta er með hamborgarapressu. Chipotle sósan er einnig útbúin fyrirfram.
   Grillað
2. Grillið er undirbúið fyrir beina grillun við 200 - 230°C. Hamborgarabökurnar eru fyrst grillaðar á annarri hliðinni í 3-4 mínútur, síðan er þeim snúið við. Osturinn er nú settur á þegar grillaða hliðina svo hann geti rennt vel. Grillið á meðan millibollan á báðum hliðum þannig að hún verði góð og stökk, sem og beikonið. Eftir 3-4 mínútur í viðbót eru hamborgarabollurnar tilbúnar.
3. Síðan er hamborgarinn settur á: neðri hluti bollunnar er fyrst húðaður með chipotle sósunni og fyrsta bollan sett ofan á. Þetta er toppað með 2 tómatsneiðum og smá grænu salati. Nú kemur millihlutinn, með honum tekur þú hálfa bollu (eða ristað brauð eða brauð er líka hægt). Þetta er síðan húðað með chipotle sósunni. Setjið seinni bökuna ofan á, svo beikonið, nokkra lauka og smá rokettu. Efri helmingur bollunnar er húðaður með sósunni og tvöfaldi nautahamborgarinn tilbúinn -

safaríkt, kryddað kjöt, stökkt beikon og heit sósa!

15. Chili ostborgari

Hráefni (fyrir 2 hamborgara)
- 300 g nautahakk
- salt, pipar
- chili ostasósa
- 4 sneiðar af tómötum
- laukur
- salat
- 4 ræmur af beikoni
- BBQ sósa (td West of Texas BBQ sósa)
- hamborgarabollur

1. Fyrst kryddarðu nautahakkið með salti og pipar og blandar því vel saman. Hakkið er síðan notað til að

Undirbúningur

mynda 150 gramma bökunarbollur sem er best að gera með hamborgarapressu. Blandið svo chili ostasósunni saman samkvæmt uppskrift. *Grillað*

1. Grillið er undirbúið fyrir beina grillun við 200 - 230°C. Hamborgarabökurnar eru fyrst grillaðar í 4 - 5 mínútur á annarri hliðinni, síðan er þeim snúið við. Eftir 4 - 5 mínútur í viðbót eru hamborgarabollurnar tilbúnar. Á meðan kjötið er að grillast er beikonið grillað þar til það er stökkt.

2. Nú er hamborgarinn toppaður: Smyrjið fyrst smá af chili ostasósunni á neðri hamborgarabolluna og bætið við BBQ sósu – dreifið henni fallega. Setjið salatblaðið og kexið ofan á. Laukur og 2 tómatsneiðar eru settar á bökuna og chili ostasósunni dreypt yfir. Setjið að lokum tvær ræmur af stökku beikoninu ofan á og lokið. Kjötið er ofboðslega safaríkt, passar vel með chili ostasósunni og heimagerða bollan fullkomnar bragðupplifunina!

GRÆNSETURUPPskriftir

16. Hamborgarabollur

hráefni

- 2 msk. þurr ger
- 230 ml vatn (volgt)
- 80 ml jurtaolía (td ólífuolía)
- 30 grömm af sykri
- 1 egg
- 1 tsk salt

- 450 g hveiti
- Sesam (hvítt, til að strá)
- 1 eggjahvíta (eða vatn, fyrir bursta) **undirbúningur**

1. Forhitið ofninn í 220°C.

2. Blandið gerinu saman við vatn, olíu og sykur og látið hefast í 5 mínútur.

3. Bætið eggi, salti og hveiti út í og hnoðið saman í slétt deig. Mótið deigið í rúllu og skerið í 12 jafna bita. „Málið" hvern skammt í kúlu: Snúðu deigbitunum lauslega á milli handar og vinnuborðs þar til deigið hefur slétt yfirborð.

4. Ekki setja deigið of þétt saman á bökunarpappírsklædda ofnplötu, hylja með eldhúsþurrku og láta hefast í 15 mínútur.

5. Penslið hamborgarabollur með smá eggjahvítu (eða vatni) og stráið sesamfræjum yfir.

6. Bakið í 10–12 mínútur.

17. Crunchy Nut Burger

hráefni

- 250 g hnetur (blandaðar)
- 4 msk sykur
- 3 msk ólífuolía
- 2 msk hunang
- 100 g ólífur (svartar, grýttar)
- 2 teskeiðar af kapers
- 2 msk sítrónusafi
- 10 vínber
- 4 blöð af radicchio

- 100 g camembert

- **Undirbúningur** 4 hamborgarabollur

1. Fyrir Crunchy Nut Burger, grófsaxið fyrst hneturnar og ristið þær við miðlungshita án fitu á pönnu þar til þær eru ilmandi.

2. Látið svo sykurinn karamellisera létt á pönnunni. Bætið fyrst 1 matskeið af ólífuolíu út í, bætið svo hunanginu út í og blandið hnetunum út í karamelluna. Látið malla í 1-2 mínútur við meðalhita, hrærið af og til, takið síðan af hitanum áður en karamellan verður of dökk. Setjið blönduna strax á bökunarpappírsklædda bökunarplötu, mótið fjórar hringlaga bökunarbollur með spaða og látið kólna.

3. Setjið ólífur, kapers, sítrónusafa og afganginn af ólífuolíu í blöndunarskál og maukið. Þvoið og þurrkið vínber og radicchio. Kjarnhreinsið vínberin eftir þörfum og skerið síðan í tvennt eftir endilöngu. Skerið camembertinn í sneiðar.

4. Haldið snúðunum í helming og ristið þær. Smyrjið þunnu lagi af ólífumauki á

rúlluhelmingana og setjið radicchio á neðri helminginn. Setjið vínberin ofan á og toppið með hnetukökunni. Setjið loks Camembert ofan á. Brúnið ostinn létt með eldhúsgasbrennara og látið hann bráðna. Lokaðu síðan crunchy hnetuborgaranum með efri helmingnum af bollunni.

18. Grænmetisborgari með bjöllubaunum

hráefni

- 120 g kúskús
- 1/2 laukur
- 1 hvítlauksgeiri
- 150 g bjallabaunir (soðnar)
- 100 g gulrætur
- 1 egg
- 1 tsk steinselja

- 1 tsk af graslauk
- 1 skvett af sítrónusafa
- salt
- Pipar (nýmalaður)
- ólífuolía

Að klára:

- 1 kjöttómat
- 1 handfylli af rakettu
- 100 g kindaostur
- majónesi
- **Undirbúningur** 4 hamborgarabollur

1. Hyljið kúskúsið með jöfnu magni af sjóðandi vatni. Lokið og látið liggja í bleyti í 10 mínútur. Eftir 5 mínútur, þeytið með gaffli.

2. Afhýðið lauk og hvítlauk og saxið smátt. Hitið 1 matskeið af ólífuolíu á pönnu og steikið laukinn þar til hann er gullinn. Bætið hvítlauknum út í og steikið í stutta stund.

3. Maukið bjöllubaunirnar með gaffli, afhýðið og rífið gulræturnar smátt. Saxið steinselju og graslauk smátt.

4. Blandið kúskúsinu, ristuðum lauknum, muldum bjöllubaunum, gulrótum og söxuðum kryddjurtum saman við eggið. Kryddið eftir smekk með skvettu af sítrónusafa, salti og pipar. Látið blönduna hvíla á köldum stað í að minnsta kosti 30 mínútur.

5. Mótaðu blönduna í 4 kökur með blautum höndum og penslið með olíu á báðum hliðum. Grillið á heitu grillinu í um 10 mínútur þar til það er stökkt, snúið við eftir 5 mínútur. Að öðrum kosti er hægt að grilla það á pönnunni.

6. Þvoið og skerið tómatinn. Þvoið salatið og þurkið. Ef nauðsyn krefur, þurrkaðu kindaostinn og skera í sneiðar.

7. Skerið rúllurnar þversum og hitið stuttlega á grillinu. Setjið kökurnar ofan á rúllurnar. Setjið tómatsneiðar, rokettu og kindaost yfir og endið með smá majónesi. Setjið brauðrúllulokið ofan á.

19. grænmetisborgari

hráefni

- 2 msk Rama Cremefine til eldunar
- 100 g hveiti (slétt)
- 1 tsk lyftiduft
- salt
- 200 g kúrbít (fínt saxað)
- 150 g maískorn (skammtur)
- 1 paprika (rauð, fínt skorin)
- 60 g Thea
- 6 sesamrúllur
- 6 Lollo Verde fer
- 2 tómatar (sneiddir)

undirbúningur

1. Fyrir grænmetisborgarann, hrærið egginu, cremefine, hveiti og lyftidufti saman við þar til það er slétt, kryddið með salti og pipar.
2. Blandið kúrbítnum, maísnum og paprikunni saman við, mótið 6 kökur og þrýstið flatt. Steikið kjötbollurnar hægt á eftir annarri á báðum hliðum í heitu THEA. Mögulega klára að steikja í ofni við 180 gráður í nokkrar mínútur.
3. Skerið sesamrúlluna upp, hyljið með salatblaði og tómatsneiðum, skreytið með heimagerðri tómatsósu og setjið grænmetisbollurnar ofan á. Safaríkur grænmetisborgari er tilbúinn.

20. Kastaníuborgari

hráefni

- 200 g kastaníuhnetur (soðnar og afhýddar)
- 2 sneiðar af ristuðu brauði (eða 1 gömul brauðsneið)
- 100 ml þeyttur rjómi
- 2 gulrætur (litlar)
- 50 g sellerí
- 30 g steinseljurót
- 1/2 stykki af blaðlauk
- 2 vorlaukar
- 2 tsk timjan (þurrkað)
- 1 stk egg
- salt
- pipar
- Brauðrasp (eftir þörfum)
- Svínafeiti (eða steikingarolía)

- 4 stykki af hamborgarabollum (tilbúnir)
- Salat að eigin vali
- Trönuber (tilbúin) **undirbúningur**

1. Fyrir kastaníuborgarana, skerið kastaníuhneturnar í litla bita. Leggið ristað brauð með þeyttum rjóma og látið mýkjast.

2. Þvoið, hreinsið og saxið gulrætur, sellerí, steinseljurót, blaðlauk og vorlauk smátt.

3. Blandið kastaníuhnetunum, ristuðu brauðinu og grænmetinu saman við eggið í skál. Bætið kryddinu saman við og hnoðið allt mjög vel.

4. Ef blandan er of mjúk skaltu bæta við smá brauðrasp.

5. Mótið nú jafnstóra kastaníuborgara úr blöndunni með blautum höndum.

6. Bakið þetta í heitri olíu eða smjörfeiti og látið renna af þeim á pappírshandklæði.

7. Steikið hamborgarabökurnar líka í stutta stund eða hitið þær í brauðristinni og klæddar trönuberjum að innan, setjið

kastaníuborgarana inn og skreytið með salati að eigin vali.

21. Vítamínborgari

hráefni

- 2 hamborgarabollur
- 100 g gulrætur
- 100 g kúrbít
- 1 egg
- 1 msk hveiti (slétt)
- 1 msk steinselja (hakkað)
- 2 tómatsneiðar

- 2 blöð af ísbergsalati
- 2 eggaldinsneiðar
- óreganó
- 1 hvítlauksgeiri (pressaður)
- ólífuolía
- salt
- pipar **undirbúningur**

1. Fyrir vítamínhamborgarann, afhýðið og rífið gulræturnar og kúrbítinn gróft. Blandið saman við egg, hveiti og saxaðri steinselju. Kryddið með salti og pipar. Hitið ólífuolíu á pönnu og setjið grænmetisblönduna út í í formi 2 bökunar. Steikið á báðum hliðum. Fjarlægðu kökurnar, settu þær inn í álpappír og haltu þeim heitum. Á sömu pönnu steikið tómat- og eggaldinsneiðarnar í stutta stund ásamt oreganóinu og pressaða hvítlauksrifinu. Skerið um leið hamborgarabollurnar opnar og ristið þær á niðurskurðarflötunum. Settu fyrst eggaldinsneið á neðri hluta rúllanna. Setjið svo grænmetisbolluna, tómatsneiðarnar og loks salatblöðin ofan á.

Settu toppinn á það og þrýstu því létt niður.

22. Hamborgarabrauð

hráefni

- 420 g hveiti
- 40 g kornsykur
- 1 klípa af salti
- 1 pakki þurrger
- 175 ml mjólk
- 1 egg
- 1 eggjarauða
- 25 g smjör (í litlum bitum)
- smá hveiti (fyrir vinnuborðið)

- 1 eggjahvíta (til að pensla)
- smá vatn (til að bursta) **undirbúning**

1. Fyrir hamborgarabollurnar blandið fyrst saman hveiti, sykri, salti og ger í skál. Þeytið mjólk, egg og eggjarauða og bætið við. Hnoðið allt saman í slétt deig.
2. Bætið þá smjörinu út í og hnoðið áfram þar til deigið er orðið gott og slétt. Látið hefast á hlýjum stað í um 1 1/2 klst.
3. Hveitið vinnuborð, mótið rúllu úr deiginu, skerið átta bita og mótið í rúllur. Setjið á bökunarplötu klædda bökunarpappír. Sleppt í klukkutíma í viðbót. Þegar þrýst er á deigið og það fer aftur í sína upprunalegu stöðu eru snúðarnir tilbúnir til að bakast.
4. Þeytið eggjahvítu með smá vatni og penslið rúllurnar með því. Bakið við 190°C í um stundarfjórðung þar til snúðarnir eru gullinbrúnir.
5. Hamborgarabollurnar látnar kólna, skera í tvennt og taka að vild.

23. Grænmetisborgarar

hráefni

- 1 pakki af vegan hamborgurum (2 stykki)
- 1 gulrót (gróft rifin)
- 1 laukur (lítill)
- 1/4 agúrka
- Kokteil tómatar
- 1 paprika (grœn)
- **Undirbúningur** kokteilsósu

1. Rífið gulrótina gróft. Skerið gúrkuna í sneiðar. Haldið kokteiltómatunum í helming. Skerið laukinn í hringa. Skerið paprikuna í strimla.

2. Steikið vegan hamborgarana heita.

3. Ristaðu helminginn af bollunum á meðan. Setjið fyrst agúrkusneiðarnar, síðan rifnar gulræturnar og laukinn í neðri helminginn af volgu brauðinu.
4. Setjið heitu hamborgarana ofan á og toppið með tómötum og papriku.
5. Toppið með kokteilsósu að eigin vali, innsiglið hamborgarabollurnar og berið hamborgarana fram.

24. Grænmetisborgari með bjöllubaunum

hráefni

- 120 g kúskús
- 1/2 laukur
- 1 hvítlauksgeiri
- 150 g bjallabaunir (soðnar)
- 100 g gulrætur
- 1 egg
- 1 tsk steinselja

- 1 tsk af graslauk
- 1 skvett af sítrónusafa
- salt
- Pipar (nýmalaður)
- ólífuolía

Að klára:

- 1 kjöttómat
- 1 handfylli af rakettu
- 100 g kindaostur (fastur, td fetaost)
- majónesi
- **Undirbúningur** 4 hamborgarabollur

1. Hyljið kúskúsið með jöfnu magni af sjóðandi vatni. Lokið og látið liggja í bleyti í 10 mínútur. Eftir 5 mínútur, þeytið með gaffli.

2. Afhýðið lauk og hvítlauk og saxið smátt. Hitið 1 matskeið af ólífuolíu á pönnu og steikið laukinn þar til hann er gullinn. Bætið hvítlauknum út í og steikið í stutta stund.

3. Maukið bjöllubaunirnar með gaffli, afhýðið og rífið gulræturnar smátt. Saxið steinselju og graslauk smátt.

4. Blandið kúskúsinu, ristuðum lauknum, muldum bjöllubaunum, gulrótum og söxuðum kryddjurtum saman við eggið. Kryddið eftir smekk með skvettu af sítrónusafa, salti og pipar. Látið blönduna hvíla á köldum stað í að minnsta kosti 30 mínútur.

5. Mótaðu blönduna í 4 kökur með blautum höndum og penslið með olíu á báðum hliðum. Grillið á heitu grillinu í um 10 mínútur þar til það er stökkt, snúið við eftir 5 mínútur. Að öðrum kosti er hægt að grilla það á pönnunni.

6. Þvoið og skerið tómatinn. Þvoið salatið og þurkið. Ef nauðsyn krefur, þurrkaðu kindaostinn og skera í sneiðar.

7. Skerið rúllurnar þversum og hitið stuttlega á grillinu. Setjið kökurnar ofan á rúllurnar. Setjið tómatsneiðar, rokettu og kindaost yfir og endið með smá majónesi. Setjið brauðrúllulokið ofan á.

25. Rótargrænmetisborgari með osti

hráefni

- 1 bolli(r) súpa grænmeti (u.þ.b. 250 g)

- 180 g harður ostur

- 120 g brauðrasp

- 2 msk ólífuolía

- 2 msk **vatnsblandun**

1. Fyrir rótargrænmetisborgarana, hitið ofninn í 180 gráður yfir/undir hita. Afhýða

1 bolli af súpugrænmeti, saxað í matvinnsluvél og steikt í smá olíu.

2. Í millitíðinni, rífið 180 grömm af osti (eða saxið í matvinnsluvél) og blandið saman við 120 grömm af brauðrasp. Bætið 2 msk af ólífuolíu og 2 msk af vatni út í og blandið öllu vel saman við grænmetisblönduna.

3. Hnoðið litlar kúlur úr þessum massa og fletjið þær svo út í hamborgara. Setjið á bökunarpappírsklædda ofnplötu og bakið í 20 mínútur.

4. Snúðu svo hamborgurunum við (og hver vill fletja þá út aftur með gaffli til að búa til rifur) og bakaðu í 20 mínútur í viðbót.

26. Falafel hamborgari

hráefni

Fyrir falafel:

- 125 g kjúklingabaunir (þegar lagðar í bleyti)
- 1/2 laukur (ristaður)
- 1 hvítlauksgeiri (mulinn)
- 2 tsk steinselja (hakkað)
- 1/4 tsk kúmen
- 1/4 tsk kóríander

- 1/4 tsk kardimommur
- 1 klípa af pipar
- 1 msk hveiti
- 1 msk sesamfræ
- 1/4 tsk salt *Til að hylja:*
- 2 hamborgarabollur
- 2 tómatar (litlir)
- 4 msk iceberg salat (núðla skorið)
- **msk** kokteilsósaundirbúningur

1. Fyrir falafel hamborgarann, ekki saxa kjúklingabaunirnar sem liggja í bleyti yfir nótt með lauknum og hvítlauknum með hrærivél, hnoða í krydd, salti og hveiti. Látið hvíla í kæliskáp í 1 klst.

2. Mótaðu blönduna í 2 kökur með rökum höndum, veltu þeim upp úr sesamfræjum og steiktu í 180°C heitri olíu.

3. Skerið rúllurnar og ristað brauð þar til þær eru ljósbrúnar, toppið með sneiðum tómötum, icebergsalatinu og kokteilsósunni og setjið

falafelsneiðarnar ofan á og setjið seinni hluta rúllunnar yfir.

27. Kókoshamborgari með banana

hráefni

- 2 sneiðar af ristað brauði
- 1 laukur
- 1 hvítlauksgeiri
- 2 egg (M)
- 1/4 tsk cayenne pipar

- 1/4 tsk negull (malaður)
- 1/4 tsk kúmen (malað)
- 500 g hakk (blandað)
- salt
- pipar
- 175 g kirsuberjatómatar
- 2 bananar (stífir, enn smá grænir)
- 6 msk þurrkuð kókos
- 4 píturúllur (til fyllingar)
- 4 tréspjót (langir)
- **Undirbúningur** fyrir olíu (til að bursta).

1. Fyrir kókoshamborgarann með banana skaltu fyrst drekka ristað brauðið í stutta stund í vatni, síðan vel út. Afhýðið og saxið laukinn og hvítlaukinn smátt og setjið í skál með eggjum, kryddi og hakki. Allt hnoðað kröftuglega, kryddað með salti og pipar. Mótið hakkið í 4 stórar flatar kökur, hyljið með álpappír og setjið í ísskáp. Vökvaðu tréspjótana.

2. Hitið grillið. Þvoið kirsuberjatómatana, afhýðið bananana og skerið í 3 cm þykkar sneiðar. Þurrkaðu og olíuðu tréspjót og skiptu um tómata og bananasneiðar. Dreifið þurrkuðu kókoshnetunni á disk.

3. Látið grillið heita, oljið vel. Snúið hakkinu í þurrkaða kókoshnetuna, setjið á rist og grillið við meðalhita í 4–5 mínútur á hvorri hlið, penslið með olíu öðru hvoru. Grillið banana- og tómatspjótið á grillkantinum, penslið með olíu og kryddið með salti og pipar. Ristaðu líka píturúllurnar stuttlega á grillinu.

4. Fylltu píturúllurnar af kókosbollunum, settu á disk með tómat- og bananaspjótunum og berðu kókoshamborgarann fram með banana.

28. Slakur hamborgari með chilli frönskum

hráefni *Fyrir hlutverkin:*

- 350 g hveiti (slétt)
- 220 ml vatn (volgt)
- 1 dash af olíu
- 1/2 pakki af þurrgeri
- 1/2 tsk salt *Fyrir hamborgarann:*
- 500 g hakk (blandað)
- 8 sneiðar af Gouda (eða Edam eða Cheddar)
- 80 g beikon (þunnt skorið)
- 1 laukur (rauður)

- 2 hvítlauksgeirar
- 4 salatblöð (stór)
- 1 tómatur
- ólífuolía
- salt
- pipar

Fyrir chilli kartöflurnar:

- 600 g kartöflur
- 2 msk maíssterkja
- 1/2 tsk af cayenne pipar
- salt

undirbúningur

ólífuolíu

1. Fyrir slakan hamborgara með chilli frönskum, forhitið fyrst ofninn í 200°C.
2. Fyrir rúllurnar, hnoðið allt hráefnið í slétt deig (hrærivél eða matvinnsluvél). Kverðið og mótið kúlur, hyljið og ca. 20 mínútur. Penslið með smá vatni og bakið í 10 mínútur.
3. Fyrir chilli kartöflurnar, þvoið kartöflurnar, helmingið og skerið í fingraþykkar sneiðar. Nuddið með ólífuolíu, maíssterkju og kryddi og bakið við 200°C í um 25 mínútur.
4. Steikið kjötið á heitri pönnu án fitu þar til vatnið hefur gufað upp, bætið svo ólífunni út í

olíu og steikið þar til gullinbrúnt. Afhýðið og saxið hvítlaukinn smátt og steikið í stutta stund.

5. Afhýðið laukinn og skerið í fína hringa, þvoið salatblöðin og þerrið. Steikið beikonið á pönnu án olíu þar til það verður stökkt.

6. Skerið tómatana í þunnar sneiðar. Haldið rúllunum í helming, holið þær aðeins út og dreifið hakkinu í þær, setjið ostsneið yfir hverja og látið bráðna aðeins. Stakktu með restinni af hráefnunum til að mynda hamborgara. Berið slælega hamborgarann fram með chili frönskum.

29. Bókhveitiborgari með gulrótum og valhnetum

hráefni
- 80 g bókhveiti
- 125 g QimiQ Classic (ókælt)
- 60 g rjómaostur
- 2 gulrætur (afhýddar, rifnar)
- 2 msk valhnetur (fínt saxaðar)
- 1/2 laukur (rauður, smátt skorinn)
- salt
- Pipar (nýmalaður)
- 4 hamborgarabollur
- 4 salatblöð

- 1 laukur (rauður, skorinn í hringa)

undirbúningur
1. Fyrir bókhveitihamborgarann með gulrótum og valhnetum skaltu fyrst þvo bókhveitið í sigti undir rennandi vatni og sjóða það í ósöltu vatni þar til það er mjúkt. Látið kólna.
2. Þeytið QimiQ Classic sem er ekki í kæli þar til það er slétt. Bætið rjómaosti, bókhveiti, gulrótum, valhnetum og lauk saman við og blandið vel saman. Kryddið eftir smekk með salti og pipar.
3. Setjið blönduna á bökunarpappírsklædda ofnplötu með skeið og skerið í lítil hamborgarabrauð. Látið kólna vel í um 4 klst.
4. Skerið hamborgarabollurnar. Hyljið neðri helminga af bollunni með blaða af salati hvor.
5. Setjið hamborgarabollurnar ofan á kálið og toppið með laukhringjunum. Setjið efstu helmingana aftur ofan á og berið bókhveitiborgarann fram með gulrótum og valhnetum.

30. Kjúklingaborgari með jarðarberjum

hráefni

- 4 hvítar brauðbollur
- 100 g raketta
- ediki
- ólífuolía
- salt
- pipar

Fyrir majónesið:

- 1 egg

- 1 tsk sinnep
- 1 msk edik
- 150 ml af sólblómaolíu
- 2 msk hnetur (saxaðar)
- salt
- pipar

Fyrir kjúklingabringurnar:

- 4 kjúklingabringur
- 1 tsk timjan (þurrkað)
- 1 tsk kóríanderfræ (mulin)
- 1/4 tsk chilipipar (þurrkaður)
- salt

Fyrir jarðarberin:

- 200 g jarðarber
- 2 msk ólífuolía
- salt
- pipar

undirbúningur

1. Fyrir kjúklingaborgarann með jarðarberjum, skera fyrst kjúklingabringurnar í tvennt eftir endilöngu, en ekki skera þær alveg í sundur. Opnaðu kjúklingabringurnar ("fiðrildaskera") og nuddaðu kryddin og smá salt.

2. Haltu brauðsnúðunum í helminga lárétt. Takið stilkinn af jarðarberjunum, skerið í þunnar sneiðar og kryddið með 2 msk af ólífuolíu, salti og pipar.

3. Fyrir majónesið, þeytið eggið með handþeytara þar til það er froðukennt. Bætið sinnepi og ediki út í og hellið olíunni hægt út í og hrærið stöðugt í. Um leið og majónesið er orðið gott er söxuðum hnetum hrært út í og kryddað með smá salti og pipar.

4. Steikið kjúklingaflökin á pönnu eða á grilli í um 4 mínútur á báðum hliðum. Bakið helmingabrauðið í ofni eða á grilli þar til þær verða stökkar.

5. Kryddið þvegna, tæmd rakettan með smá ediki, olíu, salti og pipar.

6. Dreifið roketunni á brauðmylsnuna, setjið kjúklingaflökið ofan á og toppið með jarðarberjunum. Penslið brauðrúllulokin með majónesi og lokið kjúklingaborgaranum með jarðarberjum með.

31. Geitaostur döðluhamborgari

hráefni

- 2 hvítlauksgeirar
- 12 döðlur (þurrkaðar, skornar)
- salt
- pipar
- 40 g möndlustangir
- 600 g lambahakk
- 1 tsk karrýduft

- 100 g sýrður rjómi

- 150 g geitaostarúlla

- 4 blöð af lollo rosso salati

- **Undirbúningur** 4 hamborgarabollur

1. Fyrir geitaostinn og döðluhamborgarann skaltu fyrst afhýða hvítlaukinn, skera döðlurnar í tvennt og saxa báðar smátt í eldingarhakkarann. Bætið 1 teskeið af hvorri af salti og pipar og möndlustöngunum við hakkið og hnoðið kröftuglega í 1-2 mínútur. Mótið hakkið í fjóra jafnstóra 2 cm háa böku. Hyljið kökurnar með plastfilmu og setjið þær í kæliskáp í að minnsta kosti 30 mínútur.

2. Setjið karrý og sýrða rjómann í skál, hrærið með gaffli og kryddið með salti. Skerið ostarúlluna í ca. ½ cm þykkar sneiðar til að búa til tólf sneiðar. Þvoið salatið og hristið það þurrt.

3. Haldið snúðunum í helming og ristið þær. Notaðu skeið til að búa til holu í miðju hverrar köku. Setjið kökurnar á pönnuna og steikið í 4-5 mínútur á hvorri hlið við meðalhita. Snúðu

aðeins einu sinni. Ef þér líkar bleika kjötið ekki of mikið skaltu steikja það í 5-6 mínútur á hlið. Eftir að hafa snúið við, setjið ostinn á kökurnar þannig að hann bráðni aðeins. Penslið helminga rúllunnar með karrýsýrðum rjóma, toppið með salati, setjið kexið ofan á og lokið geitaostinum og dögluborgaranum með hinum helmingnum af rúllunni.

32. Lambaborgari með geitakamembert og granatepli

hráefni

- 4 bleikar hamborgarabollur
- 150 g geitakamembert (sneið)
- 1 granatepli (lítið, fræin skorin út)
- 2 handfylli af salatlaufum (þvegið)
- Rósmarín (tínt)
- hunang

Fyrir lambakjöturnar:

- 600-700 g lambahakk
- 20 g zatar (norður-afrísk kryddblanda)
- 1 hvítlauksrif (fínt saxað, valfrjálst)
- sjó salt
- Pipar (úr kvörninni)
- Ólífuolía (til steikingar) **undirbúningur**

1. Fyrir lambaborgara með geitakamembert og granatepli, undirbúið fyrst bleiku hamborgarabollurnar.

2. Fyrir lambakjöturnar, blandið öllu hráefninu saman í skál þar til blandan byrjar að blandast saman. Þrýstið hakkinu í hring sem er sama þvermál og hamborgarabollurnar. Mótið kökur og steikið á pönnu með smá ólífuolíu á báðum hliðum í um 2 mínútur. Setjið geitakamembert yfir steiktu kökurnar og bakið í ofni með gratínaðgerðinni í 1 - 2 mínútur.

3. Skerið bollurnar í tvennt og ristið á pönnu án fitu.

4. Hyljið bolluhelmingana með salati og lambakjötunum. Dreypið hunangi yfir, stráið rósmarín yfir og stráið nokkrum granateplafræjum ofan á. Berið lambaborgarann fram með geitakamembert og granatepli.

33. Halloumi hamborgari með grilluðu grænmeti og tabbouleh

hráefni

- 4 hamborgarabollur
- 1-2 pk Halloumi
- ólífuolía
- 4 salatblöð
- smá steinselja (tínd, til skrauts)

Fyrir grillað grænmeti:

- 1 eggaldin
- 1 oddhvass paprika
- 1 kúrbít
- 4 greinar af rósmaríni
- 4 timjangreinar
- 1 hvítlauksgeiri
- 1 msk balsamik edik
- 10 msk ólífuolía
- salt
- Pipar (úr kvörninni) *Fyrir tabbouleh:*
- 1/2 bolli (s) bulgur
- 1 stafur (s) vorlaukur
- 1 bolli (s) vatn (heitt)
- 2 búnt af steinselju (stór)
- 1 búnt af kóríander

- smá myntu (fersk)
- 2 sítrónur (safi)
- 2 msk ólífuolía
- 2 tómatar
- salt
- Pipar (úr kvörninni)

chili **undirbúningur**

1. Fyrir Halloumi hamborgara með grilluðu grænmeti og tabbouleh fyrst fyrir tabouleh gefðu bulgur í skál. Skerið vorlaukinn í fína strimla og blandið saman við bulgur. Hnoðið létt þannig að bulgur taki í sig laukbragðið. Bætið heitu vatni út í og látið liggja í bleyti í 30 mínútur.

2. Saxið steinselju, kóríander og myntu smátt. Blandið sítrónusafanum og ólífuolíu saman í marinering. Kryddið eftir smekk með salti, chilli og pipar og blandið vel saman við bulgur. Skerið tómatana í teninga og blandið saman við tabouleh. Látið malla í ísskáp í að minnsta kosti klukkutíma.

3. Fyrir grillaða grænmetið, malið timjan, rósmarín og hvítlauk fínt. Blandið ediki og ólífuolíu saman við, kryddið vel með salti og pipar.

4. Skerið grænmetið í langar, þunnar ræmur. Penslið með smá ólífuolíu og steikið á öllum hliðum. Penslið síðan með jurtaolíunni og látið marinerast í 30 mínútur.

5. Steikið halloumiið á pönnu með smá ólífuolíu, kryddið aðeins ef þarf.

6. Haldið hamborgarabollunum lárétt og ristið þær á pönnu án fitu.

7. Raðið halloumi, tabbouleh og grilluðu grænmeti með afganginum á milli hamborgarabrauðanna, dreypið smá ólífuolíu yfir og berið halloumi hamborgarann fram með grilluðu grænmeti og tabbouleh.

34. Falafelborgari með myntujógúrt og barni agúrka

hráefni

- 4 gular hamborgarabollur
- 2-3 smágúrkur (einnig stór agúrka)
- Garðkarsa

Fyrir falafel:

- 500 g kjúklingabaunir (niðursoðnar)
- 1/2 laukur (rauður)
- 2 hvítlauksgeirar

- 1 búnt af kóríander
- 1/2 búnt af steinselju
- 1 chilli
- 1 sítrónu
- 1 msk kúmen
- 1/2 msk salt
- 100 g kjúklingabaunamjöl

Fyrir myntujógúrtina:

- 200 ml jógúrt (grískt)
- 1/2 búnt af myntu (skera í fína strimla)
- 1/2 sítróna (safi og börkur)
- sjó salt
- Pipar (frá myllunni) **undirbúningur**

1. Fyrir falafel hamborgara með myntujógúrt og barnagúrku, undirbúa fyrstu gulu hamborgarabollurnar.

2. Fyrir falafel, tæmdu kjúklingabaunirnar og skolaðu með vatni. Þvoið og nuddið sítrónuna,

kreistið síðan safann. Afhýðið hvítlaukinn og skerið laukinn í stóra bita. Þvoið steinselju og kóríander og tínið blöðin. Haldið chilli í lengd og kjarnhreinsið. Maukið allt hráefnið í eldhúshrærivél í rjómalaga massa. Mótið blönduna í litlar bollur og steikið þær síðan í heitri olíu þar til þær eru gullgular.

3. Blandið öllu hráefninu saman fyrir myntujógúrtina.

4. Þvoið gúrkurnar og skerið langsum í strimla með skrældara.

5. Klipptu af garðkarsa með skærum.

6. Skerið bollurnar í tvennt og ristið þær á pönnu án fitu.

7. Raðið falaffel, gúrku, jógúrt og karsa fallega á milli bolluhelminganna og berið falafelborgarann fram með myntujógúrt og barnagúrku.

35. Lambaborgari með ratatouille og bláum

hráefni osta

- 4 brioche hamborgarabollur
- 4 gráðostar (allt að 8)
- 2 handfylli af salatlaufum (þvegið)

Fyrir lambakjöturnar:

- 600 g lambahakk (allt að 700 g)
- kúmen
- 1 hvítlauksgeiri (fínt saxaður)
- sjó salt

- Pipar úr kvörninni)

Fyrir ratatouille:

- 2 kúrbít (litlir)
- 1 paprika (rauð)
- 1 paprika (gul)
- 2 stilkar af vorlauk
- 1 msk tómatmauk
- 1 hvítlauksrif (allt að 2, afhýdd)
- Ólífuolía (til steikingar)
- 1 kvist(ir) af timjan
- salt
- pipar
- sykur smá **vatnsundirbúning**

1. Fyrir lambaborgara með ratatouille og gráðosti, bakaðu fyrst brioche rúllur.

2. Fyrir lambakjöturnar, blandið öllu hráefninu saman í skál þar til blandan byrjar að blandast saman. Þrýstið kjötblöndunni í hring sem er

sama þvermál og hamborgarabollurnar. Steikið kökurnar á pönnu með smá ólífuolíu á báðum hliðum í um 2 mínútur. Hyljið bökuna með gráðostinum og bakið í ofni með gratínaðgerð í 1-2 mínútur.

3. Þvoið kúrbítinn, skerið í tvennt eftir endilöngu og skerið í u.þ.b. 5mm þykkt. Þvoið, helmingið og kjarnhreinsið paprikuna. Skerið deigið í litla teninga. Hreinsið vorlaukinn og skerið hann á ská í mjög fínar sneiðar/hringi.

4. Hitið smá ólífuolíu í litlum potti og steikið papriku, kúrbít og vorlauk í henni. Bætið hvítlauknum, smátt skornum út í, hrærið tómatmaukinu út í og skreytið með smá vatni. Kryddið með salti, pipar og örlitlu af sykri og kryddið eftir smekk. Látið sjóða aðeins niður og endið með rifnu timjaninu.

5. Haltu hamborgarabollunum í helming og ristaðu þær á pönnu án fitu.

6. Fylltu rúlluhelmingana með lambakjötunum og afganginum og berðu lambaborgarann fram með ratatouille og gráðosti.

36. Villisvínaborgari

hráefni

Fyrir bolluna:

- 4 rúgrúllur

Fyrir patty:

- 600 g hakkað villisvín
- 3 skalottlaukar (fínt skornir)
- 80 g beikon (hægeldað, óreykt)
- 1/2 sellerípera (lítil, rifin)
- 4 msk brauðrasp

- 2 egg
- 1 tsk tómatmauk
- 1/2 tsk kúmen
- 1 tsk rósmarín (ferskt hakkað)
- 1 klípa af kryddjurtum (malað)
- salt
- Pipar (nýmalaður) *Fyrir álegg:*
- 400 g kálspíra
- 20 g smjör
- Múskat (rifinn)
- 100 g soðin skinka (hægelduð)
- Heslihnetupestó (til að bursta)
- 4 sneiðar af Gouda osti
- salt
- Pipar (nýmalaður) **undirbúningur**

1. Fyrst, fyrir áleggið, þvoið og hreinsið kálspírurnar og blanchið þær í söltu vatni í um 7-8 mínútur.

2. Skerið spírurnar í helming, stóra fjórðunga. Bræðið smjörið í potti og hellið kálspírunum í það. Kryddið eftir smekk með kryddinu og hrærið skinku hægelduðum saman við, bætið við smá smjöri ef þarf.

3. Fyrir kökurnar, setjið hakkið í skál og blandið vel saman við afganginn af hráefninu. Kryddið að lokum með salti og pipar.

4. Mótaðu deigið í fjórar kökur með rökum höndum og grillaðu í um 4-5 mínútur á hvorri hlið. Haldið rúllunum í helming og ristið skurðfletina á grillinu.

5. Penslið neðri helminga bollunnar með heslihnetupestói. Setjið heitu kökurnar ofan á og hyljið með ostasneiðunum, þær eiga að bráðna.

6. Setjið kálspírurnar ofan á og setjið efstu helmingana af bollunni á villisvínaborgarana.

37. Brim og Torf hamborgari

hráefni

Fyrir hamborgarann:

- 200 g nautahakk
- 2 hamborgarabollur
- 10 rækjur (forsoðnar og afhýddar)
- 2 sneiðar af cheddarosti
- 4 msk kokteilsósa
- 4 msk tartarsósa
- 4 salatblöð (að eigin vali)

- 3 kokteiltómatar
- 1/2 tsk sjávarsalt
- 1/2 paprika (litur að eigin vali)
- 1/2 tsk pipar
- Krass (ferskur) **undirbúningur**

1. Kryddið hakkið með sjávarsalti og pipar eftir smekk og mótið í skál.

2. Grillið miðlungs til vel tilbúið á grind við meðalbeinn hita, allt eftir smekk þínum.

3. Stuttu eftir að hafa snúið við, setjið tvær cheddarsneiðar ofan á.

4. Grillið rækjurnar á meðan þær eru grillaðar þar til þær eru tilbúnar. Til þess er ráðlegt að nota grillplötu svo þær falli ekki í gegnum ristina (athugið: rækjurnar geta þornað fljótt).

5. Setjið hveiti, salt, pipar og sykur í frystipoka og bætið lauknum skornum í hringa saman við og stráið hveiti yfir laukhringana á meðan þú hristir pokann. Steikið síðan steikta laukinn á pönnunni í heitri sólblómaolíu.

6. Steikið bollurnar og setjið tvö salatblöð ofan á.

7. Skerið patty í miðjuna (lóðrétt!). Setjið helminginn af hvoru á botninn á bollunni.

8. Setjið ögn af tartarsósu ofan á og toppið með tómötum og steiktum lauk.

9. Toppaðu nú tvo lausu helmingana af bollunum með þremur scampi hvorum. Dreypið kokteilsósunni yfir, hyljið paprikuskorið í strimla og stráið karsa yfir.

10. Setjið toppana af bollunum ofan á, þrýstið létt á og berið fram.

38. Pulled Turkey Burger

hráefni

- Majónesi
- 1 agúrka
- 2 laukar (rauðir)
- 4 svartar hamborgarabollur *Fyrir dreginn*

kalkúnn:

- 4 kalkúnafætur
- 4 msk graskerskrydd
- 1 msk chiliduft
- 1 tsk salt
- 1 tsk pipar (úr kvörninni)
- 1 laukur (rauður)
- 250 ml af grænmetissúpu
- 50 g sykur (brúnn)
- 1 tsk hlynsíróp

- 2 msk hunangssinnep
- 1 msk sojasósa **undirbúningur**

1. Fyrir pulled kalkún hamborgara skaltu fyrst hita ofninn í 130 ° C undirhita.

2. Fyrir Pulled Turkey Pumpkin Spice, blandið saman við restina af kryddinu. Þvoið kalkúnafæturna, þurrkið þær og nuddið með kryddinu. Afhýðið laukinn og skerið hann í fína bita. Blandið saman súpunni, sykri, hlynsírópi, sinnepi og sojasósu.

3. Setjið laukinn í ofnfast mót, leggið kalkúnaleggina ofan á og hellið vökvanum yfir.

4. Lokaðu steikinni og láttu kjötið sjóða í um 4 klukkustundir. Þá ætti að vera auðvelt að rífa það í sundur og draga það af beininu með gaffli.

5. Á meðan útbúið svartar hamborgarabollur. Þvoið gúrkuna og skerið í þunnar sneiðar. Afhýðið rauðlaukinn og skerið í hringa. Þvoið og hreinsið salatið og rífið það í stóra bita.

6. Haltu hamborgarabollunum þvers og kruss, klæddu báða helminga ríkulega með majónesi

og hyldu neðri helminginn með salati. Dreifið kalkúnnum ofan á, dreypið smá sósu eftir smekk, toppið með gúrku og lauk og setjið efsta helminginn af bollunni yfir.

7. Berið fram pulled kalkún hamborgarann.

39. Gratineraður hamborgari á heilhveiti ristað brauð

hráefni

- 400 g hakk (nautakjöt, magurt)
- 1 brauðbolla
- vatn
- 100 g laukur

- 1 msk sólblómaolía
- 1 msk steinselja
- 1 msk sojamjöl
- salt
- Pipar, múskat
- marjoram

Að steikja:

- 20 g smjörlíki

Til að gratinera:

- 1 pakki mozzarella (125 g)
- 50 g vorlaukur Borgarar:
- 1/4 höfuð salat
- 4 sneiðar af heilhveiti ristað brauð

undirbúningur

1. Fyrir gratíneraða hamborgarann, þvoið salatið og skerið vorlaukinn í hringa.

2. Leggið brauðbolluna í bleyti í vatni og kreistið hana vel út.

3. Saxið laukinn smátt, steikið þar til hann er gullinn,

4. Blandið hakkinu vel saman við allt hitt hráefnið, mótið kökur og steikið á báðum hliðum.

5. Toppið með vorlauk og mozzarella sneiðar.

6. Gratínerað í forhituðum ofni við 200°C í um það bil 10 mínútur.

7. Ristið heilkorna ristað brauð, hyljið með salatblaði og setjið gratíneraðan hamborgara ofan á.

40. Vöffluborgari með kjúklingi

hráefni

- 450 ml mjólk
- 120 g smjör
- 280 g hveiti
- 2 teskeiðar af matarsóda
- 140 g cheddar
- 2 steinseljugreinar (sléttar)
- 2 egg

- 2 teskeiðar af salti
- Olía (til smurningar)
- 2 tómatar
- 5 salatblöð (ísbergssalat)
- 600 g kjúklingabringur
- salt
- Pipar (nýmalaður)
- 2 matskeiðar olía
- 6 msk. **undirbúningur fyrir** sweet chili sósu

1. Hitið mjólkina í litlum potti og leysið smjörið upp í henni. Takið pottinn af hellunni og látið smjör- og mjólkurblönduna kólna.

2. Blandið hveiti með lyftidufti. Rífið cheddarinn mjög fínt. Þvoið steinseljuna, þerrið hana með eldhúspappír og saxið smátt.

3. Blandið eggjunum saman við salti í skál og blandið síðan hveitinu vandlega saman við. Bætið smjör- og mjólkurblöndunni út í. Blandið að lokum cheddar og steinselju saman við.

4. Hitið vöfflujárnið og penslið með olíu. Setjið sleif af deigi í vöfflujárnið og bakið vöffluna þar til hún er gullinbrún. Taktu vöffluna úr vöfflujárninu og haltu henni heitu. Bakið 9 vöfflur í viðbót.

5. Í millitíðinni skaltu þvo tómatana og skera þá í sneiðar. Þvoið salatið og rífið það í vöfflustærð. Þvoið kjúklingaflökin, þurrkið með eldhúspappír og skerið í mjóa strimla. Salt og pipar.

6. Hitið olíuna á pönnu og steikið kjúklingabringurnar í henni. Blandið chillisósunni út í og steikið áfram í stutta stund við meðalhita þar til kjötið er eldað í gegn.

7. Topp 5 vöfflur með heitu kjöti, hylja með osti. Dreifið tómötunum og kálinu ofan á og hyljið með hinum 5 vöfflunum sem eftir eru. Berið fram vöffluborgarann strax.

41. Hamborgarabollur með hampimjöli

hráefni

- 1 pakki þurrger
- 200 ml af mjólk
- 1 klípa af sykri
- 170 g hveiti (slétt)
- 40 g af hampi hveiti
- Einhver múskat
- 1 tsk karrýduft
- 1/2 tsk salt

-
-

1 egg

3   msk   ólífuolía

undirbúningur

1. Blandið þurru kími saman við mjólk, sykur og hluta af hveiti og látið hefast í um 15 mínútur á heitum stað, þakið rökum klút.

2. Hnoðið síðan með afganginum af hveitinu, hampi hveiti, múskati, karrýdufti, salti, olíu og eggjarauðunum (leggið eggjahvítu á hliðina til að pensla) til að mynda slétt deig. Min. Látið hefast í 30 mínútur.

3. Hnoðið deigið vel einu sinni enn, mótið það í rúllu og skerið í 6 jafna hluta. Snúið hverjum hluta lauslega á milli handanna þar til deigið hefur slétt yfirborð.

4. Setjið á bökunarpappírsklædda bökunarplötu (ekki of nálægt) og hyljið aftur í ca. 15 mínútur. Penslið með eggjahvítunni og bakið í forhituðum ofni við 220°C í um 15 mínútur.

42. Túnfiskborgari

hráefni

- 600 g túnfiskur (ferskur, sashimi gæði)
- 1 búnt af steinselju
- 1 búnt af basil
- 1 búnt af myntu
- 4 stilkar vorlaukar
- 1 klípa af kóríander (malað)
- 1 sítróna (safi og sítrónubörkur)
- 1 chili (fínt saxað)
- 2 msk ólífuolía

-

-

  salt

  Pipar (nýmalaður)

- Salatblöð

- 4 ciabattarúllur (eða hamborgararúllur)

- 1 stk sítróna (sneidd)

-

Tómatsósaundirbúningur _

1. Fyrir túnfiskborgarann blandið túnfisknum, kryddjurtunum, vorlauknum, kóríander og sítrónubörk saman við chilli í skál. Að öðrum kosti, ef þú vilt heimagerðari útgáfu, saxaðu allt hráefnið smátt og blandaðu vel saman.

2. Setjið blönduna á hreint vinnuborð og skerið í 4 bita. Saxið túnfiskinn og skiptið honum í hamborgarabollur (ÁBENDING: fiskurinn festist ekki svo mikið með blautum höndum), mótið hann fyrst í hringlaga form og þrýstið honum svo saman með hendinni.

3. Látið tilbúnu túnfiskbökuna hvíla í hálftíma með matfilmu eða einhverju álíka. Forhitið pönnuna eða, best af öllu, grillið.

   Penslið kökurnar með olíu á báðum hliðum og stráið salti og pipar yfir.

4. Steikið hvert brauð í ca. 2 mínútur á báðum hliðum, eða á hvaða eldunarstigi sem er.

5. Steikið hamborgarabollurnar létt á grillplötu / eða pönnu með rifjum og toppið svo hvern hamborgara með túnfiskbökunum. Skreytið með tómatsósu, marineruðum salatlaufum og, ef vill, tómatsneið.

43. Beikonborgari

-
-

hráefni

- 500 g hakk (blandað)

6 brauðbollur (keyptar eða heimabakaðar)

120 grömm af beikoni

- 1 stk laukur
- 1 tómatur
- 6 sneiðar af Gouda
- 6 salatblöð
- Tómatsósa

saltmajónesi

pipar **undirbúningur**

1. Fyrir beikonborgarann, kryddið kjötið með salti og pipar, mótið þunnar sneiðar og steikið í smá olíu.

2. Steikið beikonið þar til það verður stökkt. Skerið bollurnar í sundur. Penslið fyrst með tómatsósu, setjið svo kjötið ofan á og setjið svo tómata, lauk, kál og beikon yfir.

3. Skreytið með majónesi.

44. Sumarborgari

hráefni

- 1 tómatur
- 1 mozzarella
- 10 daga beikon
- 1 stk. Baguette (rustic eða ciabatta)
- 1 pakki af salatblöndu
- 1/2 bolli af þungum rjóma
- 1 1/2 msk majónesi

    400 g kjúklingur (flök eða snitsel)

    2 hvítlauksrif (lítil)

    1 msk sinnep
- 4 msk ólífuolía

1/2 sítrónu

undirbúningur

1. Fyrir sumarborgarann, hreinsið kjötið og marinerið með ólífuolíu, sinnepi, salti og pipar og safa úr hálfri sítrónu.

2. Fyrir sósuna, hrærið rjómann saman við majónesið þar til það er slétt og kryddið með hvítlauk, salti, pipar og sinnepi.

3. Skerið tómatana og mozzarella í sneiðar, þvoið salatið. Steikið kjötið á pönnunni án þess að bæta við olíu og berið fram með restinni af tilbúnu hráefninu.

45. Græn spelt skjaldbakaborgari

hráefni

- 200 g græn skorpa
- 2 stk egg
- 2 msk. tómatpúrra
- 80 g gulrætur
- 400 ml af grænmetissúpu

- 1 tsk salt

- 4 tómatar (litlir)

1/2 stykki radísur

400 ml olía (til steikingar)

8 salatblöð (stór)

- Pipar (ferskur rifinn)

- Jurtir (hakkað, eftir smekk)
undirbúningur

1. Fyrir græna spelt skjaldbaka hamborgarann, hitið súpuna með grænu speltmjöli að suðu og látið malla í um það bil 15 mínútur, slökktu síðan á og loku og láttu liggja í bleyti í 15 mínútur í viðbót.

2. Saxið gulrótina, blandið eggjum og salti, pipar, tómatmauki og kryddjurtum saman við kornið. Mótið kökur og bakið í heitri olíu þar til þær verða stökkar.

3. Skerið brauðsneiðuna, setjið í heita merkimiða, skerið tómathausana og radísufæturna og -halana.

4. Óþroskaður skjaldbakaborgari Berið fram á salatlaufum.

VEGGIE BURGER

46. Sushi hamborgari

hráefni

- 250 g sushi hrísgrjón

- 375 ml grænmetissoð eða þörungasoð
- 2 msk lime safi
- 2 tsk hrísgrjónasíróp
- 2 msk hrísgrjónaedik
- salt

  2 msk sesamolía til steikingar

  ¼ agúrka

  1 gulrót
- ½ avókadó
- ½ tsk wasabi
- 4 hamborgarabollur
- 4 tsk súrsað engifer (gari)
- 15 g ristað sesamfræ
- 130 g wakame þörungasalat (goma wakame)

Undirbúningur

1. Þvoðu hrísgrjónin, settu þau í pott með grænmetiskraftinum, láttu þau liggja í bleyti í um það bil 10 mínútur, láttu suðuna koma upp og eldaðu við vægan til meðalhita með lokinu lokað. Takið hrísgrjón af hellunni og látið hvíla í 5 mínútur.

2. Blandið hrísgrjónaediki, hrísgrjónasírópi og salti og blandið saman við hrísgrjónin. Látið kólna aðeins. Mótaðu síðan fjórar kökur með rökum höndum og bakaðu í sesamolíu við meðalhita.

3. Á meðan skaltu þrífa og þvo gúrkuna og skera í mjög fínar sneiðar. Afhýðið gulrótina og skerið í fína strimla. Takið steininn úr avókadóinu, takið kvoða af hýðinu, setjið í skál með afganginum af limesafa og wasabi og stappið með gaffli.

4. Ristið hamborgarabollurnar, smyrjið avókadówasabi kreminu á botninn, setjið

agúrkuna, gulrætur og gari ofan á, bætið hrísgrjónabollunum út í og berið þangsalatið og sesamfræin ofan á. Lokið með hamborgaralokinu og njótið heitt.

47. Osta- og beikonborgari

Hráefni:

- 250 g nautahakk

- 15 g af reyktum beikonsneiðum

- 2 hamborgarabollur

- 2 salatblöð

- 2 hvítlauksgeirar

- 2 sneiðar af gulosti
- 2 matskeiðar af olíu
- 1 rauðlaukur
- 1 súrsuð agúrka

- 1 egg
- 0,5 tsk af heitum, möluðum chilipipar
- 0,5 tsk af möluðu engifer
- græn steinselja
- salt
- pipar

undirbúningur:

1. Þvoið grænmetið og hellið vatninu frá. Afhýðið laukinn og skerið í þunnar sneiðar. Skerið bollurnar í tvennt og brúnið þær á heitri fitulausri pönnu.

2. Setjið salatblöðin og niðursneiddan lauk ofan á brúnuðu rúllurnar. Setjið reykta beikonið á heita pönnu án fitu, brúnið það og bætið út í restina af hráefninu.

3. Setjið hakkið í skál, bætið afhýddum og pressuðum hvítlauk, smátt skorinni grænni steinselju og sýrðri gúrku í teninga.

4. Stráið þessu hráefni síðan yfir pipar, salti, möluðu engifer, papriku, bætið svo egginu út í og hnoðið allt varlega saman

   með höndum. Mótið kótilettur úr tilbúnu hráefninu og steikið þær á báðum hliðum þar til þær eru gullinbrúnar.

5. Á meðan þú steikir hina hliðina á kótilettum, setjið gulu sneiðarnar á þær og steikið, þakið, þar til osturinn er bráðinn. Takið þá af hellunni, bætið við hráefninu og setjið efsta helminginn af brúnaða brauðinu á það.

48. Grænn speltborgari

hráefni
- 3 skalottlaukar
- 3 msk smjör
- 150 grænt speltmjöl í bland við speltmjöl
- 500 ml grænmetissoð
- 50 g rifinn gouda
- 20 g steinselja (1 búnt)
- 100 g sojaost
- 1 msk matarsterkju
- 1 egg
- 1 prótein

- salt

pipar
- 1 tómatur
- ½ laukur
- 2 salatblöð
- 4 hamborgarabollur
- 4 tsk majónesi
- 4 tsk tómatsósa

Undirbúningsskref
1. Afhýðið og saxið skalottlaukana. Hitið 1 msk smjör á pönnu og steikið skalottlaukur í því við meðalhita þar til hann verður gegnsær. Bætið mulið korni saman við og steikið í stutta stund, skreytið síðan með soðinu og látið það liggja í bleyti í um það bil 10 mínútur við vægan hita. Hrærið ostinum út í, takið af pönnunni og látið kólna.
2. Þvoið steinselju, hristið þurrt, saxið og hrærið saman við kvarki, sterkju, egg og eggjahvítu. Kryddið með salti og pipar. Mótaðu síðan 4 kökur úr grænu speltblöndunni og steiktu þær á pönnu með smjöri þar til þær eru gullinbrúnar á báðum hliðum.
3. Þvoið og skerið tómata. Afhýðið laukinn og skerið í hringa. Þvoið salatblöðin og þerrið.

4. Skerið bolluna, ristið brauðið, klæðið neðri helminginn með majónesi, setjið salatblöðin á, setjið kökurnar á, hellið tómatsneiðunum og laukhringjunum yfir, bætið svo tómatsósu og efri helmingnum af bollunni út í.

49. Bauna- og kjúklingabaunaborgari

Hráefni:

- 400 g af svörtum baunum í súrum gúrkum
- 400 g af kjúklingabaunum í saltlegi
- 200 g af maís í saltlegi

- 15 g af rifnum gulum osti

- 2 tómatar

- 2 hamborgarabollur

2 lauf af kínakáli

2 matskeiðar af olíu

2 hvítlauksgeirar

- 1 salat

- 1 rauðlaukur **undirbúningur:**

1. Skerið bollurnar í tvennt. Þvoið allt grænmeti og tæmdu vatnið. Afhýðið laukinn og skerið í þunnar sneiðar. Saxið kínakálið smátt.

2. Hellið baununum, kjúklingabaununum og maísnum af súrum gúrkum, skiptið síðan hverju þessara hráefna í tvennt. Blandið síðan helmingnum af hráefninu sem er skipt saman með rafmagnshrærivél og blandið saman við hinn helminginn af öllu hráefninu.

3. Bætið rifna ostinum út í blandað hráefni, blandið öllu saman aftur og mótið svo litlar

kótelettur úr því með höndunum. Flysjið hvítlaukinn af hýðinu og steikið í heitri olíu.

4. Bætið mynduðu kótilettum við hvítlaukinn og steikið, þakið, við vægan hita þar til osturinn byrjar að bráðna. Taktu síðan af hitanum og settu í skornar rúllur. Bætið sneiðum tómötum, lauk, káli og kínakáli út í.

50. Sveppir, ostur, sellerí og eplahamborgari

Hráefni:

- 150 g sellerí

- 15 g af rifnum osti

- 2 epli

- 2 stórir sveppir

- 2 sneiðar af hveitibrauði

- 2 matskeiðar af ólífuolíu

    1 rauð paprika 1

    matskeið af smjöri

    fullt af ferskri basil

- salt

- pipar

undirbúningur:

1. Þvoðu grænmeti og ávexti og tæmdu það úr vatninu. Takið skorpuna af brauðsneiðunum og setjið á disk.

2. Fjarlægið fræin, skerið paprikuna í þunnar sneiðar, setjið þær síðan á pönnu með 1 msk af ólífuolíu, stráið klípu af salti yfir og steikið í 1,5 mínútur.

3. Tæmdu steiktu fituna og settu hana á brauðsneiðar. Afhýðið selleríið og rífið það á gróft möskva grænmetisrasp.

4. Afhýðið eplin, fjarlægið fræin, skerið kvoða í litla teninga, blandið saman við rifið sellerí og hellið 1 matskeið af ólífuolíu.

5. Blandið hráefninu sem hellt er saman og bætið við brauðið. Hreinsið sveppina, bætið við 2 bollum af léttsöltu vatni, látið suðuna koma upp og skolið af. Afhýðið laukinn, skerið í teninga og steikið í heitu smjöri.

6. Setjið síðan glerjaða sveppina, stráið pipar, salti og rifnum osti yfir og setjið í ofninn sem er forhitaður í 170 gráður á Celsíus. Bakið þar til osturinn bráðnar, takið síðan úr ofninum og bætið við fatið. Skreyttu allt með basilblöðum.

51. Tofu polenta hamborgari

hráefni

- 4 heilkorna brauðbollur

    400 g tofu (í 4 jafnstórum sneiðum)

    4 plómutómatar

    ½ agúrka

- 4 blöð lollo biondo

- 1 msk heilhveiti

- 2 msk maískorn

- 2 msk heilkorna brauðrasp

- 1 msk söxuð steinselja
- salt
- pipar
- 2 msk olía

Undirbúningsskref

1. Hálfaðu bolluna. Tæmið tófúið og þerrið síðan. Þvoið tómatana, fjarlægið stilkinn og skerið tómatana í sneiðar. Þvoið gúrkuna og skerið í mjög þunnar sneiðar. Hreinsið, þvoið og þurrkið salatblöðin.

2. Blandið hveitinu saman við 3-4 matskeiðar af vatni. Blandið maískornunum saman við brauðmylsnuna og steinseljuna. Saltið og piprið tófúið og blandið hveitivökvanum og brauðinu út í með grjóna-, mola- og kryddjurtablöndunni. Hitið olíuna á heitri pönnu og steikið síðan kökurnar í 4-5 mínútur þar til þær eru gullinbrúnar.

3. Hyljið neðri helminginn af bollunni með tómötum, gúrku og salati og setjið tófúborgarann ofan á. Setjið rúllulokið á og berið hamborgarann fram með tómatsósu.

52. Kínóa- og grænmetisborgarar

Hráefni:

- 200 g af maís í saltlegi

- 200 g af svörtum baunum í súrum gúrkum

- 2 matskeiðar af olíu

- 1 bolli af quinoa

- 1 handfylli af fersku spínati
- 1 matskeið af tómatmauki
- 1 matskeið af brauðrasp
- 1 tsk af möluðum chilipipar
- 1 teskeið af kornuðum hvítlauk
- 0,5 tsk af möluðu kúmeni
- salt **undirbúningur:**

1. Þvoið spínatið, skolið af því og saxið það smátt. Tæmið maís og svörtu baunirnar af súrum gúrkum og hellið þeim saman í eina skál.

2. Skolið kínóa undir rennandi vatni, hellið því í pott, hellið 2 bollum af léttsöltu vatni og eldið þar til það er laust. Eftir matreiðslu,

gufið upp kínóa og bætið út í tæmdar svörtu baunirnar og maís í skál.

3. Bætið söxuðu spínati, brauðmylsnu, kornuðum hvítlauk, möluðu kúmeni, chili út í og hellið tómatmaukinu út í.

4. Blandið öllu vel saman og mótið litlar kótelettur handvirkt úr því. Setjið þær í heita olíu á pönnu og steikið á báðum hliðum við meðalhita þar til þær verða brúnar. Taktu það síðan af eldinum og settu það á borðið.

53. Tófú-borgari

hráefni

- 200 g grasker
- 2 vorlaukar
- 1 hvítlauksgeiri
- 1 ½ el ólífuolía
- 2 hlynsíróp
- 1 hvítvínsedik
- 1 lítill þurrkaður chilli pipar
- salt
- pipar
- 20 g engifer (1 stk)
- 2 jógúrt salat rjómi
- 1 lítill tómatur
- 2 stór salatblöð (td lollo bionda)
- 2 heilkorna hamborgarabollur
- 250 g tofu
- 2 sesam

Undirbúningsskref

1. Afhýðið graskerið og fjarlægið fræin ef þarf. Skerið graskersholdið í 5 mm teninga.

2. Hreinsið, þvoið og saxið vorlaukinn smátt. Afhýðið og saxið hvítlaukinn.

3. Hitið 1 matskeið af olíu á pönnu, steikið laukbita og hvítlauk í 3 mínútur þar til þær eru litlausar.

4. Bætið hlynsírópi út í og hrærið edikinu strax út í.

5. Bætið graskers teningunum út í, myljið chilli pipar út í og bætið smá vatni út í. Lokið og eldið varlega við meðalhita í um það bil 12 mínútur (ef nauðsyn krefur, bætið við smá vatni á meðan á eldunartímanum stendur). Kryddið með salti og pipar og setjið til hliðar.

6. Afhýðið engiferið, rífið það smátt og blandið saman við rjómann af salatinu.

7. Þvoið tómatana, nuddið þurrt og skerið stöngulinn í fleygform. Skerið tómatinn í sneiðar. Þvoðu salatblöðin og hristu þau þurr.

8. Haldið hamborgarabollunum í helming og brúnið þær létt í brauðristinni eða undir heitu grillinu.

9. Skerið tófúið í 1 cm þykkar sneiðar. Grillið á léttolíuðri grillpönnu í 1-2 mínútur á hvorri hlið.

10. Setjið salat, tómatsneiðar, graskerskompott og engiferkrem á neðri helminga snúðanna.

11. Leggið tófú sneiðarnar og helmingana af bollunni ofan á. Berið fram stráð með sesamfræjum.

54. Hamborgarar í tómatsósu

Hráefni:

- 3 matskeiðar af olíu
- fullt af fersku spínati
- pipar
- salt

Hamborgari:

- 400 g nautahakk
- 1 laukur
- 1 egg
- 1 tsk malað kóríander
- 1 tsk þurrkað timjan
- 0,5 tsk af möluðum rauðum chilipipar

Sos:

- 6 kirsuberjatómatar
- 2 matskeiðar af tómatmauki
- 1 tsk af tabasco sósu
- 1 matskeið af olíu
- 1 hvítlauksgeiri

- 0,5 tsk af möluðu sinnepi

undirbúningur:

1. Þvoið grænmetið og hellið vatninu frá. Setjið spínatið á disk.

2. Undirbúið hamborgarana: setjið hakkið í skál. Afhýðið laukinn, saxið hann smátt, steikið í 1 matskeið af olíu á pönnu og bætið við hakkið í skál. Bætið eggi út í það, bætið möluðum kóríander, chilipipar og þurrkuðu timjani út í. Kryddið eftir smekk með smá salti og pipar og hnoðið vel í höndunum. Mótið kótilettur úr tilbúnu hráefninu og

   steikið þær í 2 msk af heitri olíu á pönnu þar til þær eru gullinbrúnar á báðum hliðum. Takið steiktu af hellunni, hellið fitunni af og bætið út í spínatið á disknum.

3. Undirbúið sósuna: skerið kirsuberjatómatana í litla teninga. Flysjið hvítlaukinn af hýðinu, saxið hann smátt og steikið hann í 1 matskeið af heitri olíu á pönnu. Bætið söxuðum tómötum við hvítlaukinn, stráið örlitlu af salti, pipar, möluðu sinnepi yfir og steikið í 1,5 mínútur við meðalhita. Bætið svo tómatmaukinu við

steikta hráefnið, bætið tabasco sósunni út í, hrærið og soðið, lokið, í 1,5 mínútur í viðbót. Eftir þennan tíma er allt tekið af hellunni og áður steiktu hamborgararnir settir á.

56. Kjúklingabaunaborgari af grillinu

hráefni

- 100 g bulgur

- 340 g kjúklingabaunir

- 1 handfylli salatblaða (t.d. rakettu, andífusalat)

- 8 kirsuberjatómatar

- 1 rauðlaukur
- ½ fret flatblaða steinselja
- 2 hvítir laukar
- 2 hvítlauksrif
- salt
- pipar
- malað kúmen
- chili duft
- 20 g heilkorna speltmjöl (1 msk)
- 1 tsk lyftiduft
- 50 g heilkorna brauðrasp
- ½ rauð paprika
- 3 stilkar kóríander
- 1 egg
- 4 heilkorna brauðbollur
- 5 g smjör (1 tsk)

Undirbúningsskref

1. Fyrir hamborgara bulgur eldið samkvæmt leiðbeiningum á pakkanum. Hellið kjúklingabaununum í sigti, skolið undir rennandi vatni, skolið af.
2. Í millitíðinni skaltu þvo salatblöðin og þvo. Þvoið tómata, skera í tvennt. Afhýðið rauðlaukinn og skerið í fína hringa.
3. Þvoið steinseljuna, hristið þurrt og fjarlægið blöðin. Afhýðið og saxið hvítlaukinn og hvítlaukinn gróft.
4. Maukið kjúklingabaunir, bulgur, hvítlauk, hvítlauk og steinselju fínt í blandara. Kryddið vel með salti, pipar, kúmeni og chilidufti.
5. Blandið hveitinu með lyftidufti og brauðrasp í skál og hnoðið saman við kjúklingabaunablönduna til að mynda þétt deig.
6. Hreinsið, þvoið og skerið hálfa papriku í smátt. Þvoið kóríander, hristið þurrt og saxið smátt. Hnoðið papriku, kóríander og egg í kjúklingabaunablönduna og kryddið eftir smekk.

7. Mótið blönduna í 4 stóra hamborgara og grillið þá á heitu grillinu þar til þeir eru gullinbrúnir á báðum hliðum í um 15 mínútur, snúið varlega við öðru hvoru.

8. Í millitíðinni, skerið rúllurnar í tvennt. Hitið smjörið á eldfastri pönnu og ristið brauðbollurnar þar til þær eru gullinbrúnar á skurðfletinum.

9. Setjið 2 rúlluhelminga á hvern af 4 diskum, hyljið með salati, kryddið með salti og pipar. Setjið 4 helminga tómata og nokkra laukhringi á hvorn helming og kjúklingabaunaborgara á hinn helminginn og berið fram strax.

57. Ostborgarar með grænmeti

Hráefni:

- 100 g af rifnum Gouda osti
- 3 matskeiðar af olíu
- 2 tómatar
- 1 baguette
- 1 eggaldin
- græn steinselja
- salt
- malaður svartur pipar

- **undirbúningur fyrir** grænt dill :

1. Þvoið allt grænmeti og kryddjurtir og skolið af þeim. Skerið tómatana og eggaldinið í þunnar sneiðar. Skerið baguette í 1 cm þykkar sneiðar og dreypið olíu yfir.

2. Stráið þeim síðan rifnum Gouda osti yfir og setjið áður söxuðu tómatana ofan á. Settu annað lag af rifnum osti og eggaldin á það.

3. Stráið öllu með klípu af salti og pipar, setjið svo inn í ofn sem er hitaður í 175°C og bakið þar til osturinn er alveg uppleystur. Þegar osturinn er bráðinn er hann tekinn úr ofninum, settur á disk og saxaðri grænni steinselju og dilli stráð yfir.

58. Vegan hamborgari með kjúklingabaunum

hráefni

- 2 stórir, gulir arfatómatar
- 4 gúrkur
- 1 handfylli barnaspínat
- 1 græn heit paprika 1 skalottlaukur
- 3 brúnir sveppir
- 240 g kjúklingabaunir (glas; tæmd þyngd)
- 3 msk fínar hafraflögur
- 1 msk tahini

- salt
- pipar
- 1 msk ólífuolía
- 4 fjölkorna rúllur

Undirbúningsskref

1. Þvoið tómatana, skerið stilkinn út og skerið tómatana í u.þ.b. 1 cm þykkar sneiðar. Tæmið gúrkurnar og skerið í sneiðar með lituðum hníf. Þvoið spínatið og þurkið. Saxið nokkur lauf smátt. Þvoið, kjarnhreinsið og saxið paprikuna smátt. Afhýðið og saxið skalottlaukana smátt. Hreinsið sveppina og skerið þá eins smátt og hægt er. Tæmdu og tæmdu kjúklingabaunirnar. Maukið síðan fínt og blandið saman í skál með söxuðu spínati, papriku og sveppum. Bætið hafraflögum og tahini út í og kryddið vel með salti og pipar. Hnoðið blönduna vel og látið malla í um það bil 10 mínútur. Ef það er enn of mjúkt eftir það skaltu bæta við nokkrum haframjöli í viðbót. Mótaðu blönduna í 4 bökunarbollur.

2. Hitið ólífuolíu á pönnu og steikið kökurnar í henni í um 3 mínútur á báðum hliðum. Haldið rúllunum í helming og setjið nokkur spínatlauf, tómata, súrum gúrkum og einni böku yfir. Setjið toppinn af rúllunni ofan á, festið með teini að vild og berið fram.

59. Sveppa- og laukborgarar með salati

Hráefni:

- 2 rúllur venjulega
- 2 stórir sveppir
- 2 laukar
- 1 tsk þurrkað timjan
- 1 matskeið af púðursykri
- 0,5 bollar af hálfsætu rauðvíni
- 0,5 tsk af möluðu kúmeni

- djúpsteikingarolíu
- salt
- pipar

Salat:

- 2 perur
- 2 bollar af sjóðandi vatni
- 1 fjórðungur rauðkál
- 1 matskeið af ólífuolíu
- 0,5 bollar af maukuðum valhnetum
- 0,5 teskeiðar af flórsykri
- fullt af rucola **undirbúningi:**

1. Þvoið grænmeti, perur og sveppi og skolið af þeim. Setjið rakettan á disk. Skerið rúllurnar í tvennt og bætið út í rukkuna á plötunni. Fjarlægðu himnurnar og stangirnar af sveppunum, stráðu yfir þeim klípu af salti og settu í heita, djúpu olíuna á pönnunni. Steikið sveppina við meðalhita þar til þeir verða gullnir. Takið brúnt af hellunni, hellið fitunni

af og bætið við niðurskornu rúllurnar. Flysjið laukinn af hýðinu, skerið í þunnar sneiðar og steikið á 3 msk af heitri olíu á annarri pönnu. Hellið þurrkuðu timjani, möluðu kúmeni og púðursykri í gljáða laukinn. Blandið hráefninu saman og steikið þar til sykurinn leysist upp. Hellið svo rauðvíninu út í og látið malla undir loki þar til helmingur vínsins hefur gufað upp. Taktu síðan af eldinum,

2. Undirbúið salatið: Rífið rauðkálið á gróft möskva grænmetisrasp, setjið það á sigti, sjóðið það með sjóðandi vatni, setjið í skál og stráið flórsykri yfir. Takið perurnar úr fræjunum, skerið þær í litla bita og bætið þeim út í kálið í skál. Hellið maukuðu valhnetunum út í, stráið öllu yfir ólífuolíu, blandið saman og bætið út í allt á disk.

60. Linsuhamborgari

hráefni

- 250 g rauðar linsubaunir
- 1 hvítlauksgeiri
- 1 lítil, rauð hvössuð paprika
- 3 msk sojamjöl
- 80 g haframjöl
- salt
- pipar
- ½ tsk túrmerik

- ½ tsk kúmen
- 2 msk repjuolía
- 4 heilhveiti speltrúllur
- 80 g vegan rjómaostur
- 1 handfylli saxaðar blandaðar kryddjurtir
- 4 blöð frisée salat
- 1 handfylli lambasalat
- 1 tómatur

Undirbúningsskref

1. Eldið linsurnar mjúkar í um það bil 15 mínútur og hellið síðan af. Á meðan, afhýðið og saxið hvítlaukinn smátt. Þvoið og hreinsið paprikuna og skerið þær í eins litla teninga og hægt er. Maukið linsurnar í tvennt og blandið saman við hvítlauk, papriku, sojamjöl, 3 msk af vatni og hafraflögum. Bætið restinni af linsubaunum út í og kryddið blönduna vel með salti, pipar, túrmerik og kúmeni.

2. Mótið kjötbollur úr blöndunni. Hitið olíuna á pönnu og steikið kjötbollurnar í um 4 mínútur á báðum hliðum.

3. Haltu rúllunum í helming. Blandið vegan rjómaostinum saman við söxuðu blönduðu kryddjurtirnar og penslið toppana á rúllunum með því. Þvoið salatið og hristið það þurrt. Þvoið og skerið tómatinn.

4. Setjið salatblöðin á neðri helminga rúllunnar, ofan á kjötbolluna, tómatsneiðarnar og lambskálið. Setjið brauðbollulokið á og berið fram.

61. Sojaborgari

hráefni

- 200 g þurrkuð sojabaun
- laukur
- 10 g engifer
- 1 rauður chilipipar
- 1 msk kóríander grænt (ferskt saxað)
- 60 g gróft brauðrasp
- 1 egg

- salt

- pipar

- 2 msk sojaolía

- 2 msk majónesi

- 2 msk kornótt sinnep

- 6 blöð lollo bionda

- 200 g agúrka

- ½ kassi garðkarsa

- 4 heilkorna beyglur

Undirbúningsskref

1. Leggið sojabaunirnar í bleyti í miklu vatni yfir nótt. Daginn eftir skaltu hella bleytivatninu af og elda í fersku vatni í um 1,5 klukkustund þar til það er mjúkt.

2. Í millitíðinni, afhýðið laukinn og engiferið og saxið bæði smátt. Haldið chilli í lengd, kjarnhreinsið, þvoið og saxið.

3. Tæmið sojabaunirnar, skolið vel af og saxið upp með handþeytaranum. Blandið sojamaukinu

saman við lauk, engifer, chilli, kóríander og brauðrasp. Blandið egginu út í og kryddið með salti og pipar. Hnoðið allt vel saman.

4. Mótaðu blönduna í 4 kökur og steiktu hver á eftir öðrum. Til að gera þetta skaltu hita olíuna á pönnu. Bætið kexunum út í og steikið í 4-5 mínútur á hvorri hlið við meðalhita þar til þær eru gullinbrúnar.

5. Blandið majónesi saman við sinnepið. Þvoið salatið, hristið það þurrt og rífið það niður. Þvoið gúrkuna og skerið í fínar sneiðar. Skerið karsuna úr rúminu.

6. Skerið beyglurnar opnar, hyljið undirhliðina með salatlaufum og toppið með majónesi. Hyljið undirhliðina með patty, gúrkusneiðum og karsa. Setjið lokið á og berið fram strax.

62. Bauna-, pipar- og kartöfluborgarar

Hráefni:

- 2 matskeiðar af ólífuolíu
- 2 venjulegar rúllur
- 2 cornice
- 2 sneiðar af cheddar osti
- salt
- pipar

Hamborgari:

- 400 g af svörtum baunum í súrum gúrkum

- 4 kartöflur

- 1 laukur

- 1 egg

- 1 græn paprika

- 1 matskeið af tómatmauki

- 0,5 tsk af kartöflukryddi

- 0,5 tsk af baunakryddi

- 0,5 tsk af þurrkuðu kóríander

undirbúningur:

1. Skerið agúrkurnar í þunnar sneiðar. Venjulegar bollur, skornar í tvennt og brúnaðar á 2 msk af heitri olíu á pönnu við meðalhita og takið þær svo af hellunni.

2. Undirbúið hamborgara: Skrúbbið kartöflurnar vandlega undir rennandi vatni, setjið þær í pott, hellið vatni þannig að þær standi ekki og eldið þar til þær eru mjúkar í jakkanum.

Tæmið eftir eldun, afhýðið þær og skerið í skál.

3. Fjarlægðu fræin af paprikunni, skerðu þau í smátt og bættu við kartöflurnar í skál. Tæmið baunirnar af saltvatninu og stappið þær með stöpli.

4. Flysjið laukinn af hýðinu, skerið hann í teninga og bætið við hráefninu í skál, bætið svo tómatmaukinu út í og þeytið eggið. Kryddið eftir smekk með smá salti, pipar, baunakryddi, kartöflukryddi, þurrkuðu kóríander og blandið saman.

5. Mótið kótilettur úr blönduðu hráefnunum og steikið þær þar til þær eru gullinbrúnar í heitri olíunni sem eftir er á pönnunni. Á meðan þú steikir hina hliðina á kótilettum, setjið sneiðar af cheddarosti á þær og steikið þar til osturinn byrjar að bráðna.

63. Osta- og kartöfluborgarar

Hráefni:

- 200 g kotasæla
- 4 brauðsneiðar
- 4 sveppir
- 2 egg
- 2 gulrætur
- 2 hvítlauksgeirar
- 2 matskeiðar af þykkum sýrðum rjóma
- 1 kg af kartöflum

- 1 matskeið af rauðum ólífum í marineringunni
- 1 rauð paprika
- 0,5 bollar af rifnum osti
- græn steinselja
- steikingarolíu
- salt **undirbúningur:**

1. Penslið brauðið með olíu og brúnið það við meðalhita á heitri pönnu. Takið brúnt af hitanum og setjið á disk. Þvoið grænmeti og sveppi og skolið af vatni. Fjarlægðu fræin af paprikunni og skerðu í litla bita. Flysjið sveppina og skerið þá í þunnar sneiðar. Skerið grænu steinseljuna smátt.

2. Hyljið kartöflurnar og gulræturnar með vatni og eldið þær ásamt hýðinu þar til þær eru mjúkar. Tæmið þegar það er soðið og afhýðið. Færið skrælda grænmetið og kotasæluna í gegnum kjötkvörn.

3. Bætið rifnum osti, söxuðu grænu steinselju saman við hráefnin sem hafa farið fram hjá

(skilið eftir til að strá yfir réttinn), bætið eggjunum út í, smakkið til með pipar og salti og blandið vandlega saman.

4. Mótið kótilettur með höndunum úr blönduðu hráefnunum og steikið þær á báðum hliðum þar til þær eru gullinbrúnar í heitri, djúpri olíu á pönnu. Steiktu, tæmdu fituna og settu á brauðið, helltu svo sýrða rjómanum yfir.

5. Flysjið hvítlaukinn af hýðinu, saxið hann smátt og steikið á 2 msk af heitri olíu á pönnu. Bætið við söxuðum sveppum og ólífum sem hafa verið tæmdar af saltvatninu.

6. Steikið hráefnin í 1,5 mínútur við meðalhita, takið síðan af hellunni og bætið út í allt. Stráið tilbúna réttinum saxaðri papriku og grænu steinseljunni yfir og takið hana síðan af eldinum og bætið út í allt. Stráið tilbúna réttinum saxaðri papriku og grænu steinseljunni yfir og takið hana síðan af eldinum og bætið út í allt.

7. Stráið tilbúnum réttinum niður af saxaðri papriku og grænu steinseljunni

64. Steikborgari með rauðkáli

hráefni
- 200 g rauðkál (1 stk)
- 2 rauðlaukar 3 msk
- rauðvínsedik
- 2 tsk hunang
- 4 msk ólífuolía
- salt
- pipar
- 600 g flank- eða baksteik (1 flank- eða baksteik)

gróft sjávarsalt
- 4. umferð heilkorna rúgrúllur

Undirbúningsskref
1. Hreinsið og þvoið rauðkálið og skerið kálið í fína strimla. Afhýðið laukinn, skerið 1 í strimla; Skerið 2. í hringi og setjið til hliðar.
2. Hnoðið rauðkálið með laukstrimlum, ediki, hunangi og ólífuolíu, kryddið með salti, pipar og látið malla í 30 mínútur.
3. Þurrkaðu steikina í millitíðinni, kryddaðu með sjávarsalti og steiktu á heitri grillpönnu á báðum hliðum í 5-7 mínútur við háan hita. Takið steikina af pönnunni, leyfið henni að hvíla í 5 mínútur og kryddið með pipar.
4. Í millitíðinni, skerið rúgrúllurnar í tvennt lárétt.
5. Skerið kjötið í strimla. Hyljið rúllurnar með tæmdu rauðkálssalati, steikarstrimlum og laukhringjum og festið rúllulokið með tréstöngum að vild.

65. Ostur og pítuborgarar

Hráefni:
- 20 g af samloku kotasælu
- 4 tómatar
- 2 pítubrauð
- 2 blöð af grænu salati
- 2 matskeiðar af olíu
- 1 rauðlaukur
- 0,5 bollar af volgu vatni
- salt
- pipar

Fyrir hamborgara:
- 200 g af svínahakki

- 2 hvítlauksgeirar

1 egg
- 1 tsk smátt söxuð mynta
- 1 tsk af þurrkuðu oregano
- 0,5 teskeiðar af möluðum kryddjurtum

:
1. Þvoið grænmetið og hellið vatninu frá. Setjið salatið á disk. Skerið tómatana. Afhýðið laukinn og skerið í þunnar sneiðar. Leggið pítubrauðið í bleyti með volgu vatni, setjið það á heita pönnu án fitu og steikið í 40 sekúndur á hvorri hlið. Bætið steiktu við salatið.
2. Undirbúið hamborgara: Setjið hakkið í skál, bætið við saxaðri myntu, þurrkuðu oregano, möluðu pipar, kryddið eftir smekk með smá salti og pipar og bætið eggi út í. Hnoðið allt í höndunum og mótið síðan kótelettur. Setjið allt í heita olíu á pönnu og steikið á báðum hliðum þar til þær eru gullinbrúnar. Takið steiktu af hellunni og bætið við hráefninu. Bætið síðan samlokuostinum og söxuðu grænmeti út í.

66. Hamborgari með avókadó, osti og rauðrófum

Hráefni:
- 250 g nautahakk
- 2 hamborgarabollur
- 2 stórar rauðrófur
- 2 hvítlauksgeirar
- 2 avókadó
- 2 gúrkur gúrkur
- 2 tómatar
- 2 ostsneiðar
- 1 salathaus
- 1 egg
- steikingarolíu

- salt

pipar

undirbúningur:

1. Þvoðu allt grænmeti og ávexti og tæmdu það úr vatninu. Hellið 3 bollum af vatni yfir rauðrófurnar, sjóðið þær með hýðinu á, tæmið þær síðan, afhýðið þær og rífið þær á grænmetisrasp með grófum möskvum. Skerið bollurnar í tvennt. Skerið tómatana í þunnar sneiðar. Afhýðið húðina, skerið avókadóið, takið steininn úr og blandið holdinu saman með hrærivél. Afhýðið hvítlaukinn af hýðinu, rennið honum í gegnum pressuna og blandið saman við hakkið. Bætið svo eggi út í, kryddið eftir smekk með pipar og salti og hnoðið það síðan vel saman í höndunum. Mótið flatar kótilettur úr tilbúnum massa og steikið á pönnu í 4 msk af heitri olíu við meðalhita þar til þær eru gullinbrúnar á báðum hliðum. Taktu steiktu af hitanum og tæmdu fituna. Setjið ostsneiðarnar, sneiða tómatana og steiktar kótelettur á salatblöðin. Bætið blönduðu avókadóinu út í það og pakkið því inn með salati. Berið fram með rauðrófum og gúrkum.

67. Sveppaborgari

Hráefni:
- 300 g af nautahakk
- 20 g af sveppum
- 4 sneiðar af parmesanosti
- 4 matskeiðar af olíu
- 2 laukar
- 2 hamborgarabollur
- 1 tómatur
- 1 egg
- 1 tsk malað kóríander
- 0,5 tsk af möluðu marjoram
- 0,5 tsk af malað timjan

salt pipar

undirbúningur:

1. Þvoið tómatana og sveppina og tæmdu þá úr vatninu. Skerið tómatana í þunnar sneiðar, fjarlægið himnuna af sveppunum og skerið í bita. Flysjið laukinn af hýðinu. Skerið einn laukinn í sneiðar og setjið hann í skál og hinn í þunnar sneiðar. Skerið bollurnar í tvennt og setjið á disk. Blandið hakkinu saman við hakkað laukinn, bætið egginu út í, bætið malaða kóríander, marjoram og timjan út í. Hnoðið í höndunum og mótið þær í kótelettur, setjið þær síðan í 2 matskeiðar af heitri olíu á pönnu og steikið þar til þær eru gullinbrúnar á báðum hliðum. Þegar hin hliðin á kótilettum er steikt (þegar hún er brúnuð), bætið þá við parmesanostsneiðunum, setjið síðan lok yfir allt og steikið við meðalhita þar til osturinn er bráðinn. Taktu síðan af eldinum og settu niðurskornu rúllurnar á og settu hakkaða tómatana ofan á. Hitið 2 matskeiðar af olíu á pönnu, bætið niðursneiddum lauknum út í, steikið hann, bætið svo söxuðum sveppunum út í, stráið klípu af salti og pipar yfir og steikið í 2 mínútur við meðalhita. Takið steiktu af hellunni og bætið út í allt.

68. Hamborgarar með pítubrauði og grænmeti

Hráefni:
- 2 tómatar
- 2 salatblöð
- 2 matskeiðar af olíu
- 1 pítubrauð
- 1 rauðrófa
- salt
- pipar

Hamborgarar:
- 400 g nautahakk

1 rauðlaukur

1 matskeið af olíu
- 1 matskeið af brauðrasp
- 1 egg
- 1 hvítlauksgeiri
- 0,5 tsk af malaðri kóríanderblöndu :
1. Þvoið grænmetið og hellið vatninu frá. Skerið tómatana í þunnar sneiðar. Setjið rauðrófuna í pott, hellið vatni yfir hana svo hún skagi ekki út, eldið hýðið þar til það er meyrt og látið renna af henni. Afhýðið síðan og skerið í þunnar sneiðar. Setjið pítuna á heita pönnu án fitu og steikið í 1 mínútu á báðum hliðum. Takið síðan af hitanum, skiptið í tvennt og setjið á disk. Setjið salatblöðin og saxaða tómata á það
2. Undirbúið hamborgarana: Setjið hakkið í skál og bætið brauðmylsnunni út í. Flysjið hvítlaukinn og laukinn af hýðinu, skerið smátt og steikið í heitri olíu á pönnu. Bætið gljáðum hráefnunum við kjötið með brauðmylsnunni. Kryddið svo allt eftir smekk með smá salti, pipar, möluðu kóríander, bætið svo eggi út í og hnoðið

með höndum. Mótið kótilettur úr tilbúnu hráefninu og steikið þær á báðum hliðum í heitri olíu á pönnu þar til þær eru gullinbrúnar.

Takið þær síðan af hellunni og bætið við réttinn.

3. Setjið rauðrófusneiðarnar ofan á tilbúna hamborgara og stráið öllu yfir pipar.

69. Indverskur hamborgari

innihaldsefni
- hakkað kjöt - 500 g af kálfakjöti
- hvítlaukur - 2 tsk. jörð
- engifer - 2 tsk. jörð
- kóríander - 1 lítill hlekkur
- heit paprika - 2 stk. grænn

brauð - 2 sneiðar dýfðar í vatnskóríander - 1 tsk. til að dusta • kúmen - ½ tsk garam masala - 1 tsk.
- sítrónusafi - 1 tsk.
- brauð - 4 stk. fyrir hamborgara
- olía - til steikingar
- olía - til að dreifa
- tómatar - 2 stk. skera
- laukur - 1 höfuð **undirbúningur**

1. Blandið saman í djúpa skál hakkið, engifer, hvítlauk, saxaðan kóríander, papriku, tæmt brauð, salt og sítrónusafa og öll kryddin.
2. Blandið vel saman og mótið hamborgara. Hitið olíu á grillpönnu (kannski venjulegri pönnu) og steikið hamborgarana þar til þeir eru tilbúnir.
3. Á meðan þær eru að steikjast, skerið hamborgarakökurnar í tvennt, grillið þær og smyrjið með smjöri.
4. Setjið hamborgara í hvert brauð, raðið sneiðum af lauk og tómötum ofan á. Kryddið með salti ef þarf og berið fram strax.

70. Hamborgari með tómötum og ólífum

Hráefni

- brauð - 4 stk. gróft eða hvítt
- tómatar - 2 stk. þroskaður
- ólífur - 100 g af blöndunni
- pylsa - 100 g pylsa eða önnur. mil
- ostur - 200 g af gouda, cheddar eða gulum osti

  ólífuolía

undirbúningur

1. Takið gryfjurnar af ólífunum og skerið þær í hringi. Stráið smá salti yfir ef þarf og blandið saman við ólífuolíu.

2. Skerið brauðin í tvennt og dreifið smá ólífuolíu á botninn. Setjið ost á hverja sneið, raðið þunnum pylsusneiðum ofan á og stráið ólífum yfir.

3. Bakið brauðin í sterkum ofni þar til osturinn er bráðinn.

4. Á meðan, skerið tómatana í litla bita.

5. Takið hamborgarana úr ofninum, dreifið tómötunum á hvern og einn og setjið toppinn á brauðið yfir.

6. Skemmtu þér með þennan hamborgara með tómötum og ólífum.

UPPSKRIFT AÐ FULLKOMINU SNILLI

71. Hagnýtur hamborgari

Hráefni

- 400 g magurt nautahakk (ég nota patino)

- 1 eggjahvíta

- 1 litur. (súpa) af chiafræi

- 1 litur. (eftirréttur) hörfræmjöl (eða kínóaflögur)

- 1/2 meðalstór laukur í teningum

- 1/4 bolli. (te) af saxaðri steinselju

- Salt og svartur pipar eftir smekk

Hliðar diskar

- 4 hamborgarabollur, helst heilhveiti
- 4 litur. (eftirréttur) rjómaostur léttur
- 4 sneiðar af tómötum
- Salatblöð

Hvernig á að undirbúa

1. Blandið saman kjöti, eggjahvítum, chia, hörfræmjöli, lauk og steinselju í djúpa skál. Kryddið með salti og pipar. Skiptið í fjóra jafna hluta og mótið í hamborgaraform. Brúnið hamborgarann á báðum hliðum á pönnu sem festist ekki við með olíulausri tækni. Til að setja samlokuna saman: Smyrjið rjómaostinum á einn brauðbita og bætið við salatinu, tómötunum og hamborgaranum. Lokaðu samlokunni og berðu fram strax. Ah! Þar er líka hægt að búa til lágkolvetnabrauð í örbylgjuofni.

72. Passaðu kjúklingaborgara með haframjöli

Hráefni

- 350 grömm af kjúklingabringum (malaðar)
- 1/2 saxaður laukur
- 2 hvítlauksrif
- graslauk eftir smekk
- 2 matskeiðar af haframjöli
- sæt paprika eftir smekk
- Svartur pipar og salt eftir smekk
- Ólífuolía (til að smyrja hendur og steikja)

undirbúningur

1. Í blandara eða matvinnsluvél, bætið kjúklingnum (þegar malaður), lauknum, hvítlauknum,

graslauknum saman við og þeytið þar til hann myndast deig.
2. Flyttu í stórt ílát, bætið við haframjöli, sætri papriku, pipar, salti og blandið vel saman.
3. Smyrðu hendurnar og byrjaðu að móta hamborgarana í þá stærð sem þú vilt.
4. Farðu með þær í frysti í 20 mínútur.
5. Setjið ögn af olíu á pönnu og brúnið báðar hliðar hamborgaranna.
6. Nú er bara að þjóna. Njóttu matarins.

73. Svínahamborgari með gúrkubragði

Hráefni

Fyrir 4 hamborgara:

- 300 g svínaflök
- 1/2 lítill laukur
- 3 hvítlauksrif
- Salt og svartur pipar eftir smekk
- 4 sesam hamborgarabollur
- 8 þunnar sneiðar af tómötum
- 4 söxuð söxuð eða söxuð salatblöð
- Parmesanostur flögur
- gúrkubragð Til að fara með:

- 12 litlar asterix kartöflur

- 2 lítrar af vatni
- salt
- Blóm af salti (valfrjálst)
- Steikingarolía
- 4 kældar flöskur af Bamberg Pilsen

Aðferð við undirbúning svínahamborgara

1. Setjið laukinn og hvítlaukinn í matvinnsluvél og stappið. Bætið þá kjötinu út í og þeytið þar til það er orðið mjög smátt og blandið vel saman við laukinn og hvítlaukinn. (Ef þú vilt geturðu keypt kjötið sem er þegar malað og blandað bara saman lauknum og hvítlauknum).
2. Búið til 4 kúlur með kjötinu og fletjið hverja út til að mynda hamborgara. Kryddið með salti og pipar eftir smekk. Látið kjötið standa í frystinum í 20 mínútur áður en það er steikt.
3. Hitið pönnuna og steikið hamborgarana að þeim stað sem óskað er eftir.
4. Skerið bollurnar í tvennt og ristið í ofni við 210°C í um 5 mínútur.

Kartöflur:

1. Látið suðuna koma upp og skerið kartöflurnar í 8 langsum. Þegar vatnið byrjar að sjóða bætið við kartöflunum og salti.

Eldið í 15 mínútur. Tæmið og setjið til hliðar.

2. Hitið olíuna í miðlungshita. Steikið kartöflurnar hægt þar til þær eru gullnar. Takið úr olíunni og setjið á gleypið pappír.
3. Kryddið með fleur de sel og piparblöndu.

74. Nautaborgari með kínóa

Hráefni

- ½ kg magurt nautakjöt (öndungur)

- 3 hvítlauksrif

- 1 laukur

- Salt og pipar eftir smekk

- 3 matskeiðar af quinoa flögum

Aðferð við undirbúning

1. Blandið hráefninu þar til það er mjög slétt.

2. Smyrðu hendurnar með smá olíu og mótaðu hamborgarana í höndunum eða ef þú vilt, notaðu álskera.

3. Til að krydda hamborgarann og gera hann bragðmeiri og næringarríkari má bæta við gulrótum, kúrbít, rófum, steinselju. Börn munu elska það mikið.

4. Einnig er hægt að skipta kínóa út fyrir hafrar, amaranth eða hörfræ.

5. Nautakjöt má skipta út fyrir kjúkling, fiskflök eða sojaprótein með áferð (sojabaunakjöt).

6. Til að frysta skaltu einfaldlega pakka hamborgarahlutunum inn í plastfilmu eða ál. Þau má frysta í allt að 6 mánuði.

7. Ég vona að þér líki ábendingin.

75. krabbaborgari

Hráefni

- 500 g af krabbakjöti (ég notaði súrsuðu frosna plokkfiskinn því það var það sem ég átti á þeim tíma)

- 1/4 rauðlaukur

- 2 hvítlauksrif

- 1/4 rauð paprika (ristið paprikuna á eldavélinni og fjarlægðu hýðið og fræin)

- Krydduð paprika eftir smekk

- saxað kóríander eftir smekk

- 1 egg

- Brauðrasp til að kveikja á (hámark 1 bolli)
- pipar eftir smekk
- salt eftir smekk
- Hálfur sítrónusafi *fyrir leynisósuna*
- 3 eggjarauður
- 100ml af olíu
- 2 hvítlauksrif
- 3 saxaðar agúrkur
- 2 matskeiðar af söxuðum kapers
- steinselju
- 1 matskeið af dijon sinnepi
- Salt og pipar eftir smekk
- Snyrtingar
- mozzarella ostur
- egg eða sesambrauð
- Salat

- Tómatar

- Sérstök sósa **Undirbúningur** *fyrir hamborgara*

1. Þiðið krabbakjötið, tæmið allt vatnið já, það losar mikið vatn. Kryddið með salti og pipar. Bætið við lauknum og hægelduðum hvítlauknum, piparmaukinu, egginu, sítrónunni, kóríandernum. Blandið öllu saman þar til það er einsleitt. Bætið hveitinu smám saman út í, þar til þú nærð markinu. Athugið, það verður að vera rakt því það sem fær kjöthamborgarana til að festast er kjötfitan sem er ekki til staðar í þessu ferli. Þess vegna verður þú að móta það í höndunum eða með málmhring. Bætið smá olíu á pönnu og steikið hamborgarana. Setjið ostasneiðarnar ofan á og setjið inn í ofn til að bráðna.

2. Fyrir sérstaka sósuna, þeytið eggjarauðurnar með vírþeytara þar til þær eru ljósgular og bætið olíunni saman við í þræði, eins og í majónesi, þar til það er orðið að rjóma. Ef þú átt hrærivél, þá er kominn tími til að nota hann. Bætið síðan kryddi, hvítlauk, salti,

steinselju og sinnepi út í. Bætið að lokum gúrkukúrkum og smátt söxuðum kapers út í. Blandið öllu saman og látið kólna í kæliskáp í lokuðu íláti.

3. Settu brauðið í ofninn, brotið í tvennt til að ristast. Penslið sósunni yfir sneiðarnar tvær og setjið hamborgarann með bræddum osti, salatblaði og tveimur tómatsneiðum. Til að fylgja með er hægt að gera hringa úr smokkfisk doré.

76. Hamborgari með Doritos

Hráefni

- 1 bolla fyrir hamborgara
- 120 g nautahakk
- 1 tsk af piparsósu
- Salt og svartur pipar eftir smekk
- 1/2 chilipipar saxaður frælaus
- 30g af gouda osti með Landana chilli pipar
- Amerískt salat eftir smekk
- Tómatar eftir smekk

1 matskeið af majónesi

1 matskeið af olíu

- 1/2 matskeið af smjöri
- 30 g af doritos

Undirbúningur

1. Skerið hamborgarabrauðið í tvennt og ristið að innan á heitri eldfastri pönnu þar til hún er brún. Áskilið.

2. Kryddið kjötið með salti, svörtum pipar, chilipipar og piparsósu (ef ykkur finnst of mikið er bara að nota eina tegund af pipar). Mótaðu hamborgarann þannig að hann sé stærri en bollan þín þar sem kjötið minnkar aðeins á pönnunni.

3. Smyrjið majónesi á brauðið og látið það vera með salatinu og tómötunum.

4. hamborgari ljúffengur

5. Setjið olíu og smjör í non-stick steikarpönnuna, þegar það er heitt setjið hamborgarann og látið brúnast í eina og hálfa

mínútu á annarri hliðinni, snúið við, bætið ostinum út í, stráið nokkrum dropum af vatni yfir. til að gufa og hyljið pönnuna í 1 mínútu, þar til osturinn bráðnar. Takið af pönnunni og setjið strax í samlokuna og endið með doritos. Berið fram strax.

77. Grænmetisborgarar

hráefni

- 1 pakki af vegan hamborgurum (2 stykki)

- 1 gulrót (gróft rifin)

1 laukur (lítill)

1/4 agúrka

- Kokteil tómatar
- 1 paprika (græn)
- **Undirbúningur** kokteilsósu

1 Rífið gulrótina gróft. Skerið gúrkuna í sneiðar. Haldið kokteiltómatunum í helming. Skerið laukinn í hringa. Skerið paprikuna í strimla.

2 Steikið vegan hamborgarana heita.

3 Á meðan ristaðu bolluhelmingana. Setjið fyrst agúrkusneiðarnar, síðan rifnar gulræturnar og laukinn í neðri helminginn af volgu brauðinu.

4 Setjið heitu hamborgarana ofan á og toppið með tómötum og papriku.

5 Toppið með kokteilsósu að eigin vali, innsiglið hamborgarabollurnar og berið hamborgarana fram.

78. grillborgari með laukhringjum

Hráefni

- 400 g af nautasteik
- 140 g (1 bolli) alhliða hveiti
- 240 ml (1 bolli) freyðivatn
- ½ tsk krydduð paprika
- 1 laukur

- 2 stórar þykkar sneiðar af cheddarosti

- 6 matskeiðar af sósugrilli

- 2 ástralskar bollur fyrir hamborgara

saltolía til steikingar

1. Skerið laukinn í þykka hringa, um fingurþykkan. Setjið freyðivatnið í skál og hellið hveitinu smám saman út í, blandið vel saman við skál þar til það verður einsleit blanda. Blandið paprikunni líka saman við og saltið smá ef vill. Hitið mikið af olíu á pönnu. Setjið laukhringina í gegnum deigið með gaffli. Tæmið umfram deig af hringjunum og steikið þá í olíu. Setjið til hliðar á ísogandi pappír.

2. Notaðu steikina til að búa til hamborgarana með hjálp móts. Ef þú átt ekki mót, skiptu kjötskammtinum í 2, búðu til 2 kúlur og stappaðu eina í einu með diski, þar til það er um 1 og hálfur fingur hár. Penslið olíu á heita plötu og setjið hamborgarann. Leyfðu um það bil þrjár mínútur og snúðu því við. Kryddið með salti. Leyfi um 2 til 3 mínútur í viðbót og snúið

aftur. Kryddið hina hliðina líka með salti. Setjið ostasneiðarnar og hyljið. Látið það bráðna í um það bil eina mínútu. Fjarlægðu hamborgarann og settu helmingabrauðið hratt á grillið.

3. Samsetning: Smyrjið grillsósunni á brauðið, setjið hamborgarann með bræddu cheddarnum og tveimur til þremur laukhringjum ofan á og passið hvern ofan í annan. Leggið hinn helminginn af brauðinu yfir og berið fram á eftir.

79. Heimagerð kjúklingaborgarauppskrift

Hráefni

- 10 litlar heilhveiti hamborgarabollur
- mimosa salatblöð
- mozzarella ostsneiðar eða fat
- 1 lítil gulrót í stórum bitum
- 1/2 beinlaus kjúklingabringa skorin í stóra bita
- 1 lítill laukur í bitum
- 1 hvítlauksgeiri
- 1 teskeið af marjoram eða þurrkuðu oregano
- salt eftir smekk
- 1/2 bolli af heilhveiti eða hvítu **hveiti**

1. Myljið gulrætur, lauk og hvítlauk í matvinnsluvél. Áskilið. Á meðan þú ert enn í matvinnsluvélinni, malaðu kjúklinginn þar til hann breytist í massa.

2. Setjið kjúklinginn, gulrótina, laukinn og hvítlauksblönduna, salt og kryddjurtir í stórt ílát. Blandið vel saman.
3. Bætið hveitinu smám saman út í, einni skeið í einu, hrærið stöðugt í. Haltu áfram að bæta við hveiti þar til þú getur myndað kúlur með deiginu. Ekki bæta við of miklu svo þú fáir ekki sterkt hveitibragð.
4. Búið til 10 kúlur og stappið svo í hamborgara. Látið standa í frysti í 20 mínútur.
5. Hitið pönnu smurða með smá olíu. Steikið báðar hliðar þar til þær eru gullnar. Þegar það er næstum því tilbúið, setjið ostinn ofan á til að bráðna.
6. Berið fram á rúllum með salati.

80. Grænmetisborgari með bjöllubaunum

hráefni

- 120 g kúskús
- 1/2 laukur
- 1 hvítlauksgeiri
- 150 g bjallabaunir (soðnar)
- 100 g gulrætur
- 1 egg
- 1 tsk steinselja
- 1 tsk af graslauk

- 1 skvett af sítrónusafa
- salt
- Pipar (nýmalaður)
- ólífuolía

Að klára:

- 1 kjöttómat
- 1 handfylli af rakettu
- 100 g kindaostur (fastur, td fetaost)
- majónesi
- **Undirbúningur** 4 hamborgarabollur

1. Hyljið kúskúsið með jöfnu magni af sjóðandi vatni. Lokið og látið liggja í bleyti í 10 mínútur. Eftir 5 mínútur, þeytið með gaffli.

2. Afhýðið lauk og hvítlauk og saxið smátt. Hitið 1 matskeið af ólífuolíu á pönnu og steikið laukinn þar til hann er gullinn. Bætið hvítlauknum út í og steikið í stutta stund.

3. Maukið bjöllubaunirnar með gaffli, afhýðið og rífið gulræturnar smátt. Saxið steinselju og graslauk smátt.

4. Blandið kúskúsinu, ristuðum lauknum, muldum bjöllubaunum, gulrótum og söxuðum kryddjurtum saman við eggið. Kryddið eftir smekk með skvettu af sítrónusafa, salti og pipar. Látið blönduna hvíla á köldum stað í að minnsta kosti 30 mínútur.

5. Mótaðu blönduna í 4 kökur með blautum höndum og penslið með olíu á báðum hliðum. Grillið á heitu grillinu í um 10 mínútur þar til það er stökkt, snúið við eftir 5 mínútur. Að öðrum kosti er hægt að grilla það á pönnunni.

6. Þvoið og skerið tómatinn. Þvoið salatið og þurkið. Ef nauðsyn krefur, þurrkaðu kindaostinn og skera í sneiðar.

7. Skerið rúllurnar þversum og hitið stuttlega á grillinu. Setjið kökurnar ofan á rúllurnar. Setjið tómatsneiðar, rokettu og kindaost yfir og endið með smá majónesi. Setjið brauðrúllulokið ofan á.

81. Heimalagaður hamborgari

innihaldsefni

- 600 g nautahakk
- 1 meðalstór laukur
- 2 matskeiðar smátt söxuð steinselja
- 3 tsk Worcestershire sósa
- 2 matskeiðar tómatsósa
- 3 tsk dijon sinnep
- 1 1/2 tsk salt
- 1 matskeið af paprikukaffi

- 1 matskeið af ólífuolíu til að pensla grillið/steikið

1. Saxið steinselju og lauk eins smátt og þú getur. Þeir ættu að vera pínulitlir, þar sem þú finnur mikið fyrir þeim þegar þú borðar hamborgarann. Blandið þeim saman við hakkið, bætið tómatsósu, Worcestershire sósu, sinnepi, salti og pipar út í og blandið aftur. Þegar allt er vel blandað er kominn tími til að hita upp!

að gera á disknum

2. Hitið disk við háan/miðlungshita. Búðu til kúlur með krydduðu kjötinu eða mótaðu þær í formi hamborgara. Penslið plötuna með ólífuolíu og bætið hamborgurunum út í. Ef þú gerðir kúlurnar skaltu fletja þær út með spaða þannig að þær verði hamborgaralaga.

3. 3- Þegar það brúnast skaltu snúa hliðinni við, bíða eftir að það brúnist aftur og það er tilbúið! *gerð í ofni*

1. Forhitið ofninn í hæsta hitastig.

2. Penslið pönnuna með olíu, mótið kjötið í hamborgaraform (eða búið til kúlur og fletjið þær út með spaða) og setjið á pönnuna.

3. Sett í forhitaðan ofn og látið brúnast undir (okkar entist í um 5 mínútur). Snúðu hliðinni þannig að hún brúnist á hinni hliðinni og þú ert búinn!

82. Graskerborgarar

innihaldsefni

- ½ af smjörgrasker, skorið í hálf tungl
- ¼ bolli af hráu kínóa
- 1 saxaður laukur
- 3 eða 4 hvítlauksrif
- 1 bolli saxaðar valhnetur
- 1 klípa af cayenne pipar
- salt og nýmalaður svartur pipar, qb

- 1 bolli brauðrasp (valfrjálst)

undirbúningur

1. Kveiktu á ofninum á 180°C til að hita hann upp. Setjið graskerið á lága, breiða bökunarplötu, kryddið með salti, svörtum pipar og ögn af olíu. Vefjið hvítlauknum inn í smjörpappír og setjið hann saman við graskerið. Bakið þar til bæði eru elduð/með. Afhýðið síðan graskerið og hvítlaukinn og myljið allt með hjálp gafflis.

2. Steikið laukinn og smá olíu í sitthvoru lagi. Eldið þar til það er hálfgagnsætt (án þess að brenna). Áskilið.

3. Í millitíðinni skaltu elda kínóa samkvæmt leiðbeiningunum á pakkanum. Setjið allt tilbúið (nema kínóa) í matvinnsluvél og saxið þar til það er slétt. Mér finnst gott að skilja eftir nokkur stykki í viðbót. Vefjið kínóaið inn og ef ykkur finnst nauðsynlegt að mynda meira ál, bætið þá líka brauðmylsnunni (eða brauðmylsnunni út í).

4. Ef þér líkar það skaltu bæta við smá cayenne pipar og leiðrétta restina af kryddinu. Eftir að þetta deig er kalt, mótaðu 10 til 12

hamborgara, settu þá á fat og kældu þá til að viðhalda löguninni áður en þú eldar.

5. Þú getur eldað þær á pönnu sem ekki festist (farið mjög varlega í meðhöndlun þeirra) eða eldað í ofni við 180°C, eins og ég gerði (mér fannst það auðveldara þannig). Berið fram með þessum dásamlegu rúllum. Afgangurinn af fyllingunni er að eigin vali en smá salat eða rucola lauf er alltaf gott.

83. baunaborgari

Hráefni:

- 3 bollar. af baunum soðnar og tæmdar (ég notaði svartar baunir)

- 1 bolli. af söxuðum lauk

- 1/2 bolli. af hrísgrjónamjöli

- Jurtaolía Svart

- pipar eftir smekk

- Salt eftir smekk

Undirbúningur

1. Setjið baunirnar í skál og stappið með gaffli. Það þarf ekki að stappa allar baunirnar, það má skilja eftir nokkrar heilar til að bæta áferð á hamborgarann;

2. Hitið smá jurtaolíu á pönnu, ég notaði um 2 msk. Bætið lauk og eldið þar til hann er gullinn;

3. 3- Bætið maukuðu baununum út í og blandið saman við laukinn. Kryddið með salti og pipar eftir smekk. Ef blandan er of mjúk, með miklu vatni, láttu hana malla í smá stund lengur. Hrærið án þess að stoppa þar til blandan fer að þykkna;

4. Slökkvið á hitanum og bíðið eftir að hann hitni. Mundu að eftir kælingu verður blandan þéttari. Ekki hafa áhyggjur ef það er enn mjúkt og klístrað;

5. Bætið hrísgrjónamjölinu saman við og blandið saman;

6. Smyrðu hendurnar með smá jurtaolíu og mótaðu hamborgarana í þá stærð sem þú vilt;

7. Hitið sneið af jurtaolíu og steikið hamborgarann á báðum hliðum þar til hann er gullinn og stökkur. Steikið bara það sem þú ætlar að neyta strax. Settu upp snakkið eins og þú vilt.

84. Hamborgarabollur með hampimjöli

hráefni

- 1 pakki þurrger
- 200 ml af mjólk
- 1 klípa af sykri
- 170 g hveiti (slétt)
- 40 g af hampi hveiti
- Einhver múskat
- 1 tsk karrýduft
- 1/2 tsk salt
- 1 egg

- 3 msk ólífuolía **undirbúningur**

1. Blandið þurru kími saman við mjólk, sykur og hluta af hveiti og látið hefast í um 15 mínútur á heitum stað, þakið rökum klút.

2. Hnoðið síðan með afganginum af hveitinu, hampi hveiti, múskati, karrýdufti, salti, olíu og eggjarauðunum (leggið eggjahvítu á hliðina til að pensla) til að mynda slétt deig. Min. Látið hefast í 30 mínútur.

3. Hnoðið deigið vel einu sinni enn, mótið það í rúllu og skerið í 6 jafna hluta. Snúið hverjum hluta lauslega á milli handanna þar til deigið hefur slétt yfirborð.

4. Setjið á bökunarpappírsklædda bökunarplötu (ekki of nálægt) og hyljið aftur í ca. 15 mínútur. Penslið með eggjahvítunni og bakið í forhituðum ofni við 220°C í um 15 mínútur.

85. Túnfiskborgari

hráefni

- 600 g túnfiskur (ferskur, sashimi gæði)
- 1 búnt af steinselju
- 1 búnt af basil
- 1 búnt af myntu
- 4 stilkar vorlaukar
- 1 klípa af kóríander (malað)
- 1 sítróna (safi og sítrónubörkur)
- 1 chili (fínt saxað)
- 2 msk ólífuolía

- salt
- Pipar (nýmalaður)
- Salatblöð
- 4 ciabattarúllur (eða hamborgararúllur)
- 1 stk sítróna (sneidd)
-

Tómatsósaundirbúningur _

1. Fyrir túnfiskborgarann blandið túnfisknum, kryddjurtunum, vorlauknum, kóríander og sítrónubörk saman við chilli í skál. Að öðrum kosti, ef þú vilt heimagerðari útgáfu, saxaðu allt hráefnið smátt og blandaðu vel saman.

2. Setjið blönduna á hreint vinnuborð og skerið í 4 bita. Saxið túnfiskinn og skiptið honum í hamborgarabollur (ÁBENDING: fiskurinn festist ekki svo mikið með blautum höndum), mótið hann fyrst í hringlaga form og þrýstið honum svo saman með hendinni.

3. Látið tilbúnu túnfiskbökuna hvíla í hálftíma með matfilmu eða einhverju álíka.
Forhitið pönnuna eða, best af öllu, grillið.

Penslið kökurnar með olíu á báðum hliðum og stráið salti og pipar yfir.

4. Steikið hvert brauð í ca. 2 mínútur á báðum hliðum, eða á hvaða eldunarstigi sem er.

5. Steikið hamborgarabollurnar létt á grillplötu / eða pönnu með rifjum og toppið svo hvern hamborgara með túnfiskbökunum. Skreytið með tómatsósu, marineruðum salatlaufum og, ef vill, tómatsneið.

86. Beikonborgari

hráefni

- 500 g hakk (blandað)
- 6 brauðbollur (keyptar eða heimabakaðar)
- 120 grömm af beikoni
- 1 stk laukur
- 1 tómatur
- 6 sneiðar af Gouda
- 6 salatblöð
- Tómatsósa
- salt
- majónesi
- pipar **undirbúningur**

1. Fyrir beikonborgarann, kryddið kjötið með salti og pipar, mótið þunnar sneiðar og steikið í smá olíu.

2. Steikið beikonið þar til það verður stökkt. Skerið bollurnar í sundur. Penslið fyrst með

tómatsósu, setjið svo kjötið ofan á og setjið svo tómata, lauk, kál og beikon yfir.

3. Skreytið með majónesi.

87. Shimeji hamborgari

Hráefni

- Shimeji - 400 g (2 bakkar)
- Brauðrasp - 1/2 bolli (40g)
- Graslaukur - 1/2 bolli (35 g)
- Heilhveiti - 1/4 bolli (35g)
- Jurtaolía - 1 matskeið (15 ml)
- Shoyu - 1 matskeið (15 ml)

- Hvítlaukur - 4 negull (20 g)
- Salt - 1 teskeið (5 g) Svartur
- pipar eftir smekk (valfrjálst)

undirbúningur

1. Hitið olíuna í stórum potti og bætið skrældum og söxuðum hvítlauk út í. Steikið þar til það er létt brúnt.

2. Skiljið shimeji frá bunkanum með höndunum og þvoið fljótt undir rennandi vatni til að gleypa ekki of mikið vatn. Þurrkaðu með hreinu viskustykki til að fjarlægja umfram vökva.

3. Færið sveppina yfir á pönnuna og bætið salti, sojasósu og svörtum pipar út í (má sleppa). Blandið vel saman og eldið. Til að hamborgarinn fái fullkomna áferð og samkvæmni þarftu að elda shimeji þar til mest af vatni hans hefur gufað upp.

4. Settu soðið yfir í sigti og láttu umfram vatn renna af þar til það er orðið heitt.

5. Bætið shimeji, graslauk, brauðmylsnu og alhliða hveiti í matvinnsluvél. Malið allt þar til það er

slétt. Ekki blanda hráefnunum of lengi, gerðu blönduna rustískari og grófari til að gefa hamborgaranum áferð. Deigið verður að vera rakt og geta mótast án þess að falla auðveldlega í sundur.

6. Skiptið deiginu í fjóra jafna hluta og mótið hamborgarana.

7. Hitið smá olíu á pönnu sem festist ekki og steikið báðar hliðar hamborgarans þar til hann er gullinn.

8. Settu saman snakkið eins og þú vilt og berið það fram enn heitt.

88. Kókoshamborgari með banana

hráefni

- 2 sneiðar af ristað brauði
- 1 laukur
- 1 hvítlauksgeiri
- 2 egg (M)
- 1/4 tsk cayenne pipar
- 1/4 tsk negull (malaður)
- 1/4 tsk kúmen (malað)
- 500 g hakk (blandað)
- salt
- pipar
- 175 g kirsuberjatómatar
- 2 bananar (stífir, enn smá grænir)
- 6 msk þurrkuð kókos
- 4 píturúllur (til fyllingar)
- 4 tréspjót (langir)

- **Undirbúningur** fyrir olíu (til að bursta).

1. Fyrir kókoshamborgarann með banana skaltu fyrst drekka ristað brauðið í stutta stund í vatni, síðan vel út. Afhýðið og saxið laukinn og hvítlaukinn smátt og setjið í skál með eggjum, kryddi og hakki. Allt hnoðað kröftuglega, kryddað með salti og pipar. Mótið hakkið í 4 stórar flatar kökur, hyljið með álpappír og setjið í ísskáp. Vökvaðu tréspjótana.

2. Hitið grillið. Þvoið kirsuberjatómatana, afhýðið bananana og skerið í 3 cm þykkar sneiðar. Þurrkaðu og olíuðu tréspjót og skiptu um tómata og bananasneiðar. Dreifið þurrkuðu kókoshnetunni á disk.

3. Látið grillið heita, oljið vel. Snúið hakkinu í þurrkaða kókoshnetuna, setjið á rist og grillið við meðalhita í 4-5 mínútur á hvorri hlið, penslið með olíu öðru hvoru. Grillið banana- og tómatspjótið á grillkantinum, penslið með olíu og kryddið með salti og pipar. Ristaðu líka píturúllurnar stuttlega á grillinu.

4. Fylltu píturúllurnar af kókosbollunum, settu á disk með tómat- og bananaspjótunum og berðu kókoshamborgarann fram með banana.

89. Hamborgari í falafel

Hráefni

Hrásalat salat:

- 1/2 bolli hvítkál
- 1/2 bolli. Af rauðkáli
- 1/4 bolli. Af gulrót
- 1 msk. (súpa) af majónesi
- Safi úr 1 sítrónu
- 2 msk. (súpa) af sykri
- 1 msk. (súpa) sriracha piparsósa

- Salt eftir smekk

Hamborgari:

- 150 g kjúklingabaunir (soðnar)
- ½ laukur (rifinn)
- 1 hvítlauksrif (saxað)
- 2 tsk. (súpa) af ólífuolíu
- Safi úr 1 sítrónu
- 1 1/2 msk. (súpa) af hveiti
- 1 msk. (te) af kóríander
- 1 tsk. (súpa) af kúmeni
- 1 msk. (kaffi) af pimenta syria
- Salt eftir smekk

Undirleikur:

- osti
- Brioche brauð **undirbúningur**

1. Myljið kjúklingabaunirnar með smá olíu og sítrónusafa þar til þær myndast mauk. Færið

í skál og blandið öllu öðru hráefni saman. Búið til kúlur, setjið smá olíu á, bætið smá hveiti út í (svo það festist ekki) og steikið með smá olíu við háan hita þar til þær eru gullnar.

2. Smyrjið báða hluta brauðsins og setjið á pönnu til að gera það heitt og bragðbetra. Svo er bara að setja nóg af osti á báðar hliðar brauðsins, hamborgarann og kálsalatið til að klára.

90. Glútenlaus hrísgrjón- og gulrótaborgari

Hráefni

- 2 bollar af soðnum hrísgrjónum eða risotto afgangi

- 1 bolli af fínt rifnum gulrótum (má vinna úr)

- 1 lítill laukur (ég notaði fjólubláan því það var það sem ég átti)

- 1/4 bolli saxuð steinselja

- 2 matskeiðar af næringargeri (valfrjálst)

- 1 matskeið af sojasósa (má sleppa)

- 1 matskeið af þurrkaðri steinselju eða oregano

- 1/4 bolli af kjúklingabaunum eða öðru glútenfríu hveiti

- jurtaolía til að smyrja bökunarplötuna

- salt og pipar eftir þínum smekk

Undirbúningur

1. Blandið hráefnunum saman í skál og bætið að lokum hveitinu út í. Þú getur notað hvaða tegund af glútenfríu hveiti sem er. Ég notaði kjúklingabaunir því það var það sem ég átti heima. Ef þú vilt geturðu notað heilhveiti eða hvítt hveiti í sama magni og tilgreint er í uppskriftinni. Tilvalinn punktur til að móta hamborgara er þegar þeir festast ekki lengur við hönd þína. Ef nauðsyn krefur, bætið örlítið meira hveiti út í til að auðveldara sé að móta.

2. Búðu til kúlur í þeirri stærð sem þú vilt og mótaðu hamborgarana í höndunum. Setjið á olíuborna bökunarplötu.

3. Sett í forhitaðan ofn til að baka við 180°C hita í um það bil 30 mínútur

eða þar til þær eru gullnar. Þegar ferlið er hálfnað, snúið hamborgurunum við með spaða þannig að þeir steikist jafnt á báðum hliðum.

4. Allt í lagi, og berið þetta góðgæti bara fram eins og þú vilt. Ég bar það fram með salati. Ef þú vilt setja saman hamborgarann þinn með brauði, salati, tómötum og rauðlaukssneiðum, gúrku, avókadó, majónesi, tómatsósu... Það er bara dásamlegt.

91. Gulrótar- og sesamborgari með avókadó

hráefni
- 400 g gulrætur (4 gulrætur)

- 1 egg
- 30 g brauðrasp (3 msk)
- 10 g tahini (1 tsk)
- salt
- pipar
- 1 klípa malað kúmen
- 1 klípa malað kóríander
- 4 léttar bollur
- 30 g salatrjómi (2 msk)
- 40 g sýrður rjómi (2 msk)
- 2 msk sítrónusafi
- 1 þroskað avókadó
- 2 msk jurtaolía • 1 rauðlaukur
- 40 g raketta (búnt)
- 80 g mangó chutney (4 msk)

Undirbúningsskref

1. Afhýðið og rífið gulræturnar gróft. Hnoðið með eggi, brauðmylsnu og tahinimauki í sveigjanlegt deig og kryddið með salti, pipar, kúmeni og kóríander.
2. Haldið rúllunum lárétt í helminga og steikið þær á vírgrind undir forhituðu ofngrillinu með skurðflötinn upp þar til þær eru gullinbrúnar. Fjarlægðu og settu til hliðar.

3. Blandið salatrjómanum saman við sýrða rjómann og kryddið með salti, pipar og ögn af sítrónusafa.
4. Haldið, kjarnhreinsið og afhýðið avókadóið, skerið kvoða í báta og blandið saman við afganginn af sítrónusafanum.
5. Mótaðu deigið í 4 kjötbollur. Hitið olíu á pönnu. Steikið kjötbollurnar í því við meðalhita á báðum hliðum í um 6 mínútur þar til þær eru gullinbrúnar.
6. Afhýðið laukinn og skerið hann í fína hringa. Þvoið rakettan og þurkið.
7. Smyrjið salatrjómablöndunni á neðri helminga snúðanna og toppið með avókadóbátum. Setjið 1 gulrótarkjötbollu á hverja, hyljið með laukhringum og dreypið chutney yfir. Hyljið með rakettu og setjið bollurnar ofan á.

92. Hafrahamborgari með rauðrófum og valhnetum

innihaldsefni
- 120 g fínt haframjöl
- 80 g gróft haframjöl
- 4 msk hörfræ mulið
- 2 rauðrófur (vakúmpakkaðar)
- 360 ml rauðrófusafi
- 2 rauðlaukar
- 2 hvítlauksrif

- 3 msk repjuolía
- 2 tsk sinnepsfræ
- 2 tsk kóríanderfræ

- 4 tsk sætt paprikuduft
- 200 ml grænmetissoð
- 6 msk sojasósa
- 2 handfylli rucola
- 2 msk vegan smjörlíki
- 3 tsk speltmjöl tegund 1050
- 5 msk gerflögur
- 1 tsk sinnep
- salt
- hvítur pipar
- 1 klípa túrmerik
- 4 hamborgarabollur
- 2 tsk hlynsíróp
- 20 g valhnetukjarnahelmingar

Undirbúningsskref

1. Blandið haframjölinu og hörfræinu saman í skál. Tæmdu rauðrófuna og safnaðu safanum, fylltu hann upp með rauðrófusafanum í samtals 360 ml. Afhýðið laukinn og hvítlaukinn, skerið 1 lauk saman við hvítlaukinn mjög fínt, skerið hinn laukinn í hringa og setjið til hliðar.

2. Steikið laukinn og hvítlauksbitana á pönnu með 1 matskeið af olíu, myljið fræin í mortéli og

stráið papriku yfir laukinn. Steikið í stutta stund, skreytið síðan með grænmetiskraftinum, rauðrófusafanum og sojasósu, látið malla í stutta stund, hellið yfir haframjölið og látið liggja í bleyti í 10 mínútur.
3. Í millitíðinni er rauðrófan skorin í þunnar sneiðar. Hreinsaðu og þvoðu raketsalatið og hristu það þurrt.
4. Bræðið smjörlíkið í potti, hrærið hveitinu út í með þeytara, skreytið með 120 ml af vatni. Hrærið gerflögum saman við sinnepi, salti, pipar og túrmerik og látið suðuna koma upp. Látið malla þar til þykkur rjómi myndast.
5. Mótið haframjölsblönduna í 4 kökur og bakið á húðuðu pönnu með olíunni sem eftir er í um 4 mínútur við meðalhita, snúið við og lokið bakstrinum.
6. Ristaðu á meðan hamborgarabollurnar, penslið með helmingnum af gerbræðslunni, toppið með rauðrófum, laukhringjum og rokettu, dreypið smá hlynsírópi yfir salatið, setjið síðan haframjölið ofan á, stráið afganginum af gerbræðslu og valhnetum yfir og setja á hamborgaralokið.

93. Kalkúna- og gúrkuborgari

hráefni

- 600 g kalkúnaskál
- 12 salatblöð
- 1 agúrka
- 6 msk majónesi
- 6 baguette rúllur (eða 1 stór baguette)
- salt
- pipar
- Smjör (til steikingar) **undirbúningur**

1. Fyrir kalkúna- og gúrkuhamborgarann skaltu þvo salatblöðin og þurrka. Gúrkan þvo og skera í sneiðar. Kryddið kalkúnasnitselið með salti og pipar. Hitið smjör á pönnu og steikið snitselið á báðum hliðum í 4-5 mínútur.

2. Takið af pönnunni og skerið í strimla. Skerið baguette rúllurnar eftir endilöngu og klæddu neðri helminga brauðsins með majónesi. Setjið salatblöðin og gúrkusneiðarnar ofan á, dreifið kalkúnastrimlunum yfir og lokið baguette aftur.

94. Hamborgarklassík

hráefni

- 600 g nautahakk
- 2 hvítlauksgeirar
- salt
- pipar
- 1 msk Worcestershire sósa
- 1 laukur
- 2 tómatar
- 4 cheddar ostsneiðar (að eigin vali)
- 4 hamborgarabollur
- 4 tsk tómat tómatsósa
- Salatblöð
- 4 teskeiðar af sinnep **undirbúningi**

1. Hnoðið saman söxuðum, muldum pipar, salti, hvítlauk og Worcestershire sósu. Kryddið vel og mótið 4 hamborgara úr þeim. Afhýðið laukinn og skerið í hringa. Þvoið tómata, skera í sneiðar. Grillið hamborgarann í um 15

mínútur. Hellið osti yfir og grillið í um 2 mínútur. Haldið brauðsneiðinni í helming, grillið með skurðflötinn niður í 1-2 mínútur. Penslið botninn með tómatsósu. Toppið með tómötum, lauk, salati, hamborgara og sinnepi. Setjið rúllutoppa ofan á.

95. Miðjarðarhafs snakkborgari

hráefni

- 1 stykki. Brauðrúlla (eða ciabatta)
- 1 msk roketupestó
- 100 g feta
- 2 msk ajvar

- 1 handfylli af rakettu
- salt
- pipar **undirbúningur** ólífuolíu

1. Fyrir snakkhamborgarann, skerið bolluna upp og klætt botninn með roketpestói. Toppið með fetaostinum og kryddið með salti og pipar. Dreypið nokkrum dropum af ólífuolíu yfir.
2. Dreifið ajvar ofan á og toppið með ferskum raket. Hyljið toppinn af bollunni.

96. Kjúklingaborgari með hvítlauksmajónesi

hráefni

Fyrir kjúklingaborgarann:

- 4 kjúklingabringur

- 125 ml lime safi
- 1 msk chilisósa (sæt)
- 4 sneiðar af beikoni
- 4 hamborgarabollur
- 4 salatblöð (græn)
- 4 kokteiltómatar

1/2 paprika

Fyrir hvítlauksmajónesi:

- 2 eggjarauður
- 2 hvítlauksrif (mulið)
- 1 msk Dijon sinnep
- 1 msk lime safi
- **125** ml af ólífuolíublöndu

1. Fyrir kjúklingaborgarann, blandið limesafa og chilisósu saman við hvítlauksmajónesi og hellið yfir kjúklinginn. Setjið í skál, lokið og látið malla í nokkrar klukkustundir. Skerið paprikuna í strimla og blandið eggjarauðunum, hvítlauknum, sinnepi og limesafa saman í matvinnsluvél fyrir majónesið.
2. Látið olíuna renna inn í þunnum straumi á meðan vélin er í gangi. Blandið þar til rjómakennt majónesi og geymið í kæli. Haldið beikonsneiðunum þversum, steikið kjúklinginn og beikonið á heitri pönnu í 5 mínútur.
3. Takið beikonið af pönnunni og steikið kjötið í 5 til 10 mínútur, snúið öðru hverju. Toppið niðursneiddar hamborgarabollur með salati, tómötum, kjúklingi, beikoni og paprikustrimlum.

4. Stráið að lokum smá hvítlauksmajónesi yfir og setjið efsta helminginn af bollunni yfir. Berið kjúklingaborgarann fram með hvítlauksmajónesi.

97. Steik hamborgari deluxe

Hráefni
- 1 porterhouse steik (ca. 1 kg)
- Sjávarsalt, gróft
- Hamborgarabollur
- 4 msk majónesi
- ferskt rósmarín
- Súrsaðar radísur

Fyrir balsamic laukinn:
- 2 laukar
- 2 msk olía

- 5 msk balsamik edik
- 1 msk sykur, brúnn
- 1 tsk paprikuduft
- salt, pipar

Undirbúningur

5. Steikin er stráð salti á báðar hliðar 30 mínútum fyrir grillun. Blandið rósmarínmajónesi saman við majónesi, fersku rósmaríninu (1 tsk saxað) og ögn af pipar. *Grillað*
6. Grillið er undirbúið fyrir beina og óbeina grillun. Steikin er fyrst grilluð á báðum hliðum í 3 mínútur hvor við háan, beinan hita. Um leið og við höfum gefið kjötinu fallega skorpu færist það yfir á óbeinu hliðina, þar sem við togum það í æskilegan gráðu.
7. Í millitíðinni eru balsamic laukarnir útbúnir. Olían er hituð á pönnu, svo lauknum er bætt út í. Laukarnir eru kryddaðir með pipar, salti, paprikudufti og sykri. Um leið og laukurinn er orðinn hálfgagnsær, hellið þá balsamikedikinu á pönnuna og haldið áfram að steikja hann við vægan loga þar til balsamikedikið hefur sogast í sig af laukunum.
8. Þegar kjötið hefur náð markmiðshitastiginu - hér var 55°C í kjarnanum - er það skorið í

sneiðar og piprað varlega og saltað. Neðri helmingur bollunnar er húðaður með rósmarínmajónesi, kjötið, balsamic laukurinn og niðurskornar radísur settar ofan á - tilbúið!

98. Falafel hamborgari

hráefni

Fyrir falafel:

- 125 g kjúklingabaunir (þegar lagðar í bleyti)

- 1/2 laukur (ristaður)

    1 hvítlauksgeiri (mulinn)

- 2 tsk steinselja (hakkað)
- 1/4 tsk kúmen
- 1/4 tsk kóríander
- 1/4 tsk kardimommur
- 1 klípa af pipar
- 1 msk hveiti
- 1 msk sesamfræ
- 1/4 tsk salt *Til að hylja:*
- 2 hamborgarabollur
- 2 tómatar (litlir)
- 4 msk iceberg salat (núðla skorið)
- **msk** kokteilsósaundirbúningur

4. Fyrir falafel hamborgarann, ekki saxa kjúklingabaunirnar sem liggja í bleyti yfir nótt með lauknum og hvítlauknum með hrærivél, hnoða í krydd, salti og hveiti. Látið hvíla í kæliskáp í 1 klst.

5. Mótaðu blönduna í 2 kökur með rökum höndum, veltu þeim upp úr sesamfræjum og steiktu í 180°C heitri olíu.

6. Skerið rúllurnar og ristað brauð þar til þær eru ljósbrúnar, toppið með sneiðum tómötum, icebergsalatinu og kokteilsósunni og setjið falafelsneiðarnar ofan á og setjið seinni hluta rúllunnar yfir.

99. Ostur og pítuhamborgarar

Hráefni:
- 20 g af samloku kotasælu
- 4 tómatar
- 2 pítubrauð
- 2 blöð af grænu salati
- 2 matskeiðar af olíu
- 1 rauðlaukur
- 0,5 bollar af volgu vatni
- salt
- pipar

Fyrir hamborgara:
- 200 g af svínahakki

- 2 hvítlauksgeirar
- 1 egg
- 1 tsk smátt söxuð mynta
- 1 tsk af þurrkuðu oregano
- 0,5 teskeiðar af möluðum kryddjurtum :

3. Þvoið grænmetið og hellið vatninu frá. Setjið salatið á disk. Skerið tómatana. Afhýðið laukinn og skerið í þunnar sneiðar. Leggið pítubrauðið í bleyti með volgu vatni, setjið það á heita pönnu án fitu og steikið í 40 sekúndur á hvorri hlið. Bætið steiktu við salatið.

4. Undirbúið hamborgara: Setjið hakkið í skál, bætið við saxaðri myntu, þurrkuðu oregano, möluðu pipar, kryddið eftir smekk með smá salti og pipar og bætið eggi út í. Hnoðið allt í höndunum og mótið síðan kótelettur. Setjið allt í heita olíu á pönnu og steikið á báðum hliðum þar til þær eru gullinbrúnar. Takið steiktu af hellunni og bætið við hráefninu. Bætið síðan samlokuostinum og söxuðu grænmeti út í.

100. Halloumi hamborgari

hráefni

- 2 ciabattar
- 250 g halloumi
- 1 avókadó
- 1/2 sítrónu
- 2 msk ólífuolía
- 2 tómatar
- salt
- Ólífuolía (til steikingar)

undirbúningur

1. Fyrir halloumi hamborgara, skera fyrst avókadó langsum, fjarlægja kjarnann, skafa út kvoða með skeið og setja í litla skál. Blandið saman við 2 matskeiðar af ólífuolíu, safa og börk af hálfri sítrónu og klípu af salti þar til það er rjómakennt.

2. Skerið ciabattan á ská og penslið báða helminga með avókadókreminu.
3. Skerið halloumiið í sneiðar og steikið í smá ólífuolíu á pönnu þar til það er stökkt.
4. Dreifið ostinum á ciabatta helmingana, hyljið með tómatsneiðum og brjótið saman.
5. Berið halloumi hamborgarann fram heitan.

NIÐURSTAÐA

Hamborgarauppskriftir eru stundum fljótlegar og klassískar, stundum fágaðar og nýbúnar: svona er hægt að búa til dýrindis hamborgara auðveldlega heima!

www.ingramcontent.com/pod-product-compliance
Lightning Source LLC
Chambersburg PA
CBHW070654120526
44590CB00013BA/953